எனது மகள் கேள்வி கேட்பவள்

எனது மகள் கேள்வி கேட்பவள்

கற்பகம் யசோதர

வடலி

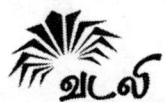

எனது மகள் கேள்வி கேட்பவள்

© கற்பகம் யசோதர

முதல் பதிப்பு : ஜனவரி 2020

வெளியீடு

விற்பனை உரிமை (இந்தியா)
கருப்புப் பிரதிகள்
பி55, பப்பு மஸ்தான் தர்கா, லாயிட்ஸ் சாலை,
சென்னை 600005
பேச : 9444272500

விலை ரூ. 100.00

ISBN: 978-1-7752392-7-7

My daughter would ask questions (Poetry) © katpakam. yasothara

First Edition: January 2020

Published by:

Vadaly Veliyeedu
35, long meadow Rd
Brampton, ON
L6P2B1
Canada
Ph : +1 647-896-3036
email : sales.vadaly@gmail.com
www.vadaly.com

கேள்விகளால் எமை
உடைக்கப் பிறந்த,
தோள்களில் சாய்ந்து
முதிர்ந்து
நாளை முரண்பட வருகிற,
இனிய மகள்களுக்கு.

This book is the first release edited by one of the meetup groups of Misfits For Change, Scarborough Women's Collective - Poetry and Tea. This is consisting of Tamil women writers, who meet once every week with a set goal to read, write, critique, edit and publish poetry and prose. I wholeheartedly thank my dear friend-sisters and facilitators Kavusala, Maithily, and Thanya - for showing interest in editing this book as well as for all their efforts, time and love.

This is my third collaboration with வடலி Publishers. I am beyond thankful to the publisher, Agiilan, for bringing out these books with such consideration for the writers' concerns and in utmost perfection. I am proud to work with Agiilan again, whose hard work, time and efforts made Vadaly a prominent tool in bringing out less represented voices of 'Sri Lanka' through its selection of books.

I thank Sathiyan, a child who grew up in front of my eyes, for sketching the inside illustrations for this book, in this chaotic and cruel time of yours. I want you to continue to resist your demons through art and may the resilient blood your mother gave continue to guide your path.

The front cover of this book contains an excerpt from my father K.Thillainathan's questions during question time in Sri Lankan parliament in his short period as a Member of Parliament in 'Sri Lanka' before he resigned as per Tamil rebels' order in 1990, as they were abandoning parliamentary solution to Tamil Struggle. The back cover has, my late mother Rani, Kanagampikai [October 7, 1955 - May 26, 2017] as a young woman in a black-and-white studio photo. My father's lifelong sincerity and integrity is something that is very precious that I have seen only in community leaders who are selfless and guided by love for humanity. Same with women like my mother who took a huge role in supporting the Tamil liberation Struggle with their contribution with physical, domestic and emotional labour with supporting comrades in the movement and when you're in the constant fear of losing a loved one(s) any moment. Thus, I chose this excerpt and picture consciously since it fits aptly to the spirit of the book, and I want their presence somewhere in this book. With these, I convey how intimate this book is to me and how my poems are intertwined in personal and political experiences. They are not separate occurrence for me.

Lastly, here, I express immense love, friendship, and gratitude to my chosen family friends for all the support and love that make my days bearable.... Without you, life is nothing but a road to gallows. May our journey continue to enrich each other's strength and flourish in the years to come.

Katpakam.Yasothara
A.k.a Pratheepa Kanaga Thillainathan
September 2018
Stolen land, Kanata

"அதிகாரத்துக்கு எதிரான மனிதர்களது போராட்டம் என்பது மறதிக்கு எதிரான ஞாபகங்களின் போராட்டமே..."

– மிலான் குந்தேரா

உள்ளே

- தோற்கிற பக்கம்
- ஒரு வரலாற்று மாணவியின் குறிப்பேட்டிலிருந்து...
    1. இக்குறிப்புகளை படிக்கிறபோது பலவாறுணரலாம்
    2. இரத்தத்தின் மீது
    3. பெயர்களைக் கொண்டலைதல்
    4. 'எனது இரத்தத்தில் ஓராயிரம் கதைகள்"
    5. சதையொன்று சொன்ன கதை
    6. இ(ல்லாதி)ருத்தல்
    7. தூரத்துக் கடல் அழைக்கிறது
    8. சொன்னான் அவன்
    9. வளப்பி
    10. சந்தர்ப்பவாதிகளின் குதியாடல் 01
    11. ஓர் தேசத்தின் குறியீடு
    12. சந்தர்ப்பவாதிகளின் குதியாடல் 02
    13. எனது மகள் கேள்வி கேட்பவள்
    14. குருதி யாவாரி
    15. "அக்கரையில்"
    16. அவர்கள் காத்திருக்கிறார்கள்
    17. வங்கிகள்
    18. கவிஞர்களின் குசு
    19. நல்ல கத!
    20. தில்லாலே தில்லாலே
    21. குஆன்ரானமோவில் அவர்களது கருணை
    22. குடியான நகரினைப் பிரிதல்
    23. பெயர்கள் மாறிய கதை
    24. இத்தெருக்களில்
    25. தொலைவிலிருந்து
    26. இரவிலும் ஒளியிலும்
    27. மறுக்கப்பட்ட முத்தங்கள்
- சதைத்துண்டு
- ஒரு வரலாற்று மாணவியின் குறிப்பேட்டிலிருந்து
    1. முதலாவதாக
    2. இன்றிரவும் இருந்து
    3. ஓர் சோர்ந்த குழந்தையாக

29. ஆன்மாவின் சகோதரிக்கு
30. றெஜியின் சகோதரன்
31. எங்கும் புத்தர்
32. தலைப்பிலி
33. யசோதர
34. நேரமற்றவர்கள்
35. பன்றிகள் பறந்தன
36. நீத்தார் பற்றிய கடைசிக் குறிப்பு
37. காயங்களால் ஆன போராட்டம்

- ஓவியர்கள்/ஓவியங்கள்
- பிற்குறிப்பு

தோற்கிற பக்கம்

பிரசித்திவாய்ந்த 7 சாமுராய்கள் திரைப்படத்தின் இறுதிக் காட்சியில் தலைமை சாமுராய் தமது வெற்றியைக் கொண்டாடும் விவசாயிகளை நோக்கியவாறு கூறுவார்: "ஆக, நாங்கள் மீண்டும் தோற்கடிக்கப்பட்டோம்." சக வீரன் புதிருடன் பார்க்க, நீத்தார் கல்லறைகளை நோக்கி அவர் தொடர்ந்தும் சொல்லுவார்: "இந்த வெற்றி எங்களுடையது அல்ல, அவர்கள் (விவசாயிகள்) வென்றிருக்கிறார்கள். நாங்கள் மீண்டும் தோற்றுவிட்டோம்."

•••

யுத்தங்களைப் பொறுத்தவரை – வீரர்கள் உள்ளடங்கலாக – தோற்கடிக்கப்படுவது என்றும் மக்களே.

இங்கே – பல்வேறு பிறழ்வுநிலைகளிலிருந்தே ஒரு பிரதி உருவாகிறது, பேச்சையும், அதனூடான உரையாடலையும் வேண்டி.

யுத்தம் நடந்துகொண்டிருந்த போது புகலிடத்தில் வெவ்வேறு இயக்கங்களைச் சேர்ந்த துரத்தப்பட்டவர்கள் தம் கரகரத்த குரல்களில் சொன்னார்கள் "நாங்கள் பேச விரும்புகிறோம்."

எனது தகப்பனின் கண்ணீரும் கரங்களின் ரத்தமும் என்னிடமும் கடத்தப்பட நான் நிற்கையில், புறக்கணிக்கப்பட்டவர்களது வீழ்ச்சியில் எமது காலமும் சிறுவமும் பறிபோனது. பிணவறையை நினைவூட்டும் கொடிய அவர்களது மௌனங்களிலிருந்து ஆரம்பித்தது உடைவு; அதிலிருந்து எழும்பியது எம்மிடத்தில் எதிர்பார்க்கப்படுவதற்கெதிரான குரல்.

•••

தேசத்தைப் பொறுத்தவரை யுத்தம் நடந்த கடந்த காலங்களிலும் அதற்கு பிந்தைய காலங்களிலும் எந்தப் பக்கம் நிற்றல் என்பதும் இலகுவாக துரோகியென முத்திரை குத்தப்படலும் தொடர்ந்தும் நிகழ்ந்தபடியிருக்கிறது.

போரில் ஈடுபட்ட, போரில் தம் உறுப்புகள் உடமைகள் உறவுகளை இழந்தவர்களும் இந்த முத்திரை குத்தல்களுக்கு விலக்கல்ல.

யுத்தத்தின் போது வெல்கிற பக்கத்தைத் தேர்ந்திருந்த சந்தர்ப்பவாதிகளும்

கவிஞர்களும் அரசியல்வாதிகளும் வீரர்கள் தோற்கடிக்கப்பட்ட பின் சுதாரித்துக் கொண்டு தமக்கு வசதிகள் தருகிற இன்னொரு அமைப்பை பெரும்பான்மையால் தூற்றப்படாத அமைப்பை நாடிச் சென்று விட்டார்கள்.

தம் வசதிக்காய் நாடிச்சென்ற அமைப்புகளில் நின்றவாறு சாதாரணர்களை நோக்கி
அவர்களுடைய கேள்வியோ, மாற்றமற்று:
"நீ எந்தப் பக்கம்?"

...

தேசத்துக்கு வெளியில் வசதியான ஒரு புலத்திலிருந்து நீங்களோ 'அந்த நிலத்தில்' நிகழ்வன குறித்த ஒரு சுருக்கமான அறிமுகத்தை வேண்டுகிறீர்கள். காயப்பட்ட நினைவுகளுடன், சதைத்துண்டுகளை வைத்திருக்கும் அவர்கள் சொல்லத் தொடங்குகிறார்கள் – பகுதி பகுதியாய் நீங்கள் வேண்டுகின்றனவற்றை.

சிக்கலற்றதான 1 அல்லது 2 என்றதான இரு சார்புகளைக் கடந்து சிக்கலான பகுதிகளை விசரிகள், துரோகிகள், தூக்கத்தில் நடப்பவர்கள், தம் சகோதரர்களாலேயே ஏமாற்றப்பட்டவர்கள் – பேச்சு மறுக்கப்பட்டிருந்தவர்கள், நியாயம் பேசியதால் கேள்வி கேட்டதால் மண்டை பிளக்கப்பட்டவர்கள் பேசத் தொடங்குகிறபோது அவர்களின் குரல்களுக்கோ திசைகளில்லை; நீங்கள் விளங்க இலகுவான வரையறுப்புகள் இல்லை.

அவர்களைப் பேச விடுங்கள்.

தனது இருப்பைப் பேசுவார் இல்லாததால் அச்சத்துள் வாழும் மனிதர் போல, 'எதிர்பார்க்கிற' பாலினத்துள் அடங்காத திருநங்கை போல, பேசப்படாத 'துரோகி'களின் குரலை, துரோகிக்கப்பட்ட ஆன்மாவின் குரலை, நீங்கள் கேட்க விரும்பாத வதைமுகாம்களின் குரலைப் பேச விடுங்கள். 'பேசாமல்' காயப்பட்ட மனங்களை விடுவிப்பது எவ்வாறு? நண்பர்களின் நினைவை. தன்னைத் தொலைத்த தகப்பன் தன்னைத் தேடுதலை. விசரிகளின் ஒப்பாரிகளை...

தயவுசெய்து பேச விடுங்கள்.

ஆகவே என்றைக்குமாக
உங்களுக்கான 'பதில்' இக் குறிப்பின்
தலைப்பு தான்.

நாறு காலத்திய எமசக்காத கல்விகோளகையில்
தீண்டாத காலம் வழாத்தகான் எடுக்கும்
வலிகாயில் சத்தியமாய்

ஒரு வரலாற்று மாணவியின்
குறிப்பேட்டிலிருந்து...

இவை ஓர் ஆண்மைய்ய (andro-centric) உலகிலே, என் இன மைய்ய (ethno-centric) பார்வைகள்?

1

இக்குறிப்புகளைப் படிக்கிறபோது பலவாறுணரலாம்

வழியற்றவனின் கை அடிப்புப் போலவோ
காட்டுக்குள் நுழைவது போலவோ
இக்குறிப்புகளை படிக்கிற போது பலவாறுணரலாம்
பெண் மொழியில்
எதிர்பார்க்கப்படுகிற ஒரு அரசியலாய்
நீவீர் விரும்புகிற எல்லைகளுள்
என் சொற்களை
நிறுத்துகிறவளாயோ
பின்தொடருபவளாயோ – நான்
இல்லாது இருப்பதால்.
(அதற்கெல்லை போடுதல் வேலையல்ல;
சிலர் சொற்களை உபயோகிக்கிற விதம், அவ்விதம்!)

You see
I will colour them
According to 'ma' heart & its conscience.
Not following 'Ur' sick rules.
நான்
உம் விதிகளுக்கமைய வர்ணம் தீட்டேன்
என் அறிவும் இதயமும்
நீங்கள் விலக்கிக் கிழித்தெறிந்த
பக்கங்களில் இருக்க
என்னை
எந்த அடையாளத்துள் நுழைப்பீர்கள்?
உங்களைப் போலன்றி
உறவை 'உடலால்' விரும்புதல்

நேர்மையின் பெருமடையாளம்
தற் பிரேமங்கள்
'இருத்தலின்' அடையாளம்.

கோலாகலங்கள்
கேரளத்தில் ஒடுக்குதலை எதிர்த்த
மூதாதையர் spirit ஊடாய் வந்தது.
லயங்களை ஒத்த ஒற்றைத் தன்மையான
reserve சிறைகளுள் இருந்து
பூர்வீகக் குடிகள் பாடினார்கள்
ஆக்கிரமிக்கப்பட்டதான
எமது நிலத்தில் வசிப்பவளே
கற்றுக் கொள்
கற்றுக் கொள்
சஞ்சலமும் பேதலிப்புமாய் ஆன
எழுதப்படாதவொரு வரலாற்றை.

2006 – 2007

2

இரத்தத்தின்மீது உருவாக்கப்பட்ட
நகரங்களில்
வசிக்கிறேன் நான்.
வன்னிக் காடுகளை ஆண்ட
அதன் பூர்வீகர்களை
*குடியேற்ற வன்னிவாசிகள் மறந்த கதையாக
இங்கும் புதிய குடியேறிகள்
தாம்தான் புதிதாய் ஆரம்பிப்பது போல
இதன்கீழ் உள்ள வரலாற்றை மறந்து போகிறார்கள்.
நானும்தான் முயல்கிறேன்
அதுவோ ஒருபோதும்
முடியாததாய்.
தனது பதின்நான்காம் வயதில்
மீட்பர்களென வந்திறங்கிய
இந்திய இராணுவத்தால் தாக்குண்டு
தன் கண்ணெதிர்க்க விழுந்தவர்க்கு
'காயத்துக்கு மருந்து கொடுக்க' உந்தி
சமூக வேலையாளாய் முன்நின்ற
சிறுமி றெஜினாவை
யாருமே அறிந்திலார்
தன் சக மனிதருக்காய்
இரங்கிய அவளொத்த முகங்களை
எடுத்துச் செல்லாத
வரலாற்று நூல்களைக் காவியபடி
பயணிக்கிற இரயில்களில்
அது பதிவு செய்து வைத்திருக்கும்
சந்தர்ப்பவாதிகளின் குதியாடலைக் காண்பேன்
மறுபடி மறுபடி
எமது வரலாற்றைப் புணர்ந்துவிட்டு
விளைவுக்குப் பொறுப்பெடுக்காதவர்களாய்
அவர்கள் நகர்ந்து கொண்டிருக்கக் காண்பேன்

2007 - 2008

* வன்னிக் குடியேற்றம்: 1950களில் இலங்கை அரசாங்கத்தால் கொண்டுவரப்பட்ட குடியேற்றத் திட்டம். அக் காலகட்டத்தில் யாழ்ப்பாண மாவட்டத்தில் பெரும்பாலும் தொழில்வாய்ப்பற்ற தீவுப்பகுதிகளில் இருந்து தமிழ் மக்கள் விவசாய நிலங்கள் வழங்கப்பட்டு வன்னிநிலப்பரப்பில் குடியேற்றப்பட்டார்கள். இவர்கள் வன்னிக்கு வந்தபோது இயற்கையோடிணைந்து வாழ்ந்த தமிழ் வன்னிவாசிகள் ஏற்கனவே அதன் பூர்வீகராய் இருந்தார்கள்.

3
பெயர்களைக் கொண்டலைதல்

என் முன்னால் 'அவர்கள்'
உடல்களாக 'இருக்க'த் தவறுகின்றனர்
மாறாய்
சுடப்பட்டபோதில்
வீட்டுக் கேற்றில் தெறித்திருந்த
இறுதியில் எழுதிய பிரதியிலிருந்து
கணணி நொறுக்கப்பட்டு
கொட்டும் குருதியாய்
எதிர்காலத்தின் வாக்குறுதிகளற்று
அவசரத்தில் கவ்விய உதடுகளென
தொடர்ந்து கொண்டிருக்கின்றனர்.

இதமிகு மாலைகளில்
செல்லும் தெருவுகள்
விம்மும் உதடுகளைக் கொண்ட
பெயர்களை முணுமணுக்கின்றன
நிதம்ப மேடுகளில் படியுமந்த ஏக்கம்
விளக்கினை ஏற்றி வைத்து
யாரையோ பார்த்திருக்கும் முகங்களை
பிரதிசெய்ய
கைவிட முடியாத பெயர்களுடன் வாழுதலா
சுமந்தலைதலா
ஒரு விடியலில்
பெயரறியாதவனைப் பின்தொடர்ந்து சென்று
புணர்ந்துவிட்டு வருவதா
எது இயற்றப்பட்ட விதியாதல் கூடும்?

.

காத்திருப்பை விடவும் மேலானதாகும்
தினம் கடந்து செல்கிற பாலத்தை உபயோகித்தல்
இதை நான் அணுஅணுவாய் உணருகையில்
கவிஞன் ஒருவன்
தான் அன்றைக்கே கடந்து விட்ட எவளையோ
தனக்காய் என்றைக்கும் காத்திருக்க எழுதிய
'ஓர் உன்னதப் பிரதி'யை விரித்து

என்னை வெறுப்பேற்ற
உருக்கமாய்ப் படிப்பார்கள் *யாரேனும்

இன்று:
கண்ணீரும் வலியும்
மெழுகுவர்த்திகளும்
நீயற்ற வெறுண்மையும்
மிச்சம்.
நான் செத்த பிறகு
பிள்ளைகள் படிக்கவென
கட்டுக் கட்டாய்
அறையொன்றுள் நிரப்பி வைத்த
கதைகளோ
கனதி தாங்காது
குரல் எழுப்புகின்றன - மரண ஓலம்.
வீரகாவியங்கள் சொல்லும்
கோசங்களையோ
கிடைத்திராத தேசங்களதும்
பின் தொடரும் தலைவர்களதும் அன்றி,
அன்புக்குரியவர்களின் பெயர்களையே உச்சரித்தவாறு
மடிந்து போனவர்கள்
படபடக்கும் கடதாசிகளிலிருந்து எழுந்து
சொல்கிறார்கள் - தாம் இறுதியாய் சொல்ல விரும்பியதை.
கடவுளே
அன்பே
அது ஏன் எப்போதும்
இதயத்தை நொறுக்கும் பெயர் ஒன்றாய் ஆகிறது?
யாரோ ஒரு தகப்பனின்
ஆசைக்குரிய பிள்ளையின் பெயர்
உன்னுடையதானது எங்ஙனம் நிகழ்ந்தது?
மிச்சமுள்ள மெழுகுவர்த்தியை ஏற்றிவிட்டு
கட்டிலில் விழுகையில்
என் வீடு
நீத்தவர் பாடல்களால் நிரம்பி அழுதது
நிறுத்தவியலாத படபடப்பு
குறிப்பின் பக்கங்கள் எங்கணும்.

02 ஒக்டோபர் 2007

---

* 'நீ' படிக்கத் தொடங்குவாய்...
பெலத்த!

4

* "எனது இரத்தத்தில் ஓராயிரம் கதைகள்"

*வரைபடத்தில் 'இலங்கை' என்றழைக்கப்படும் அத் தேசத்தில், பறங்கியருக்குப் பிறந்த, தமிழ் அடியை உடைய லியாவின் கைகளில், சிவப்பு வர்ணத்தில், பெரிய பூக்களுக்கும் கீழே, பச்சை குத்தப்பட்டிருந்த வரி என்னைப் பிடித்துக் கொள்கிறது...

உனது உடலில்
இது அர்த்தங்கள் மிக்கதாய்...
காட்டுத்தனமாய்ச் சுருண்ட தலைமுடி,
பெரிய கண்ணாடியுடன்,
இப்போ யாவரதும் நாகரிகமாகிவிட்ட
வளைய மூக்குத்தியோடு,
வெளுத்த தோலுடன்
நீ தெருவிலே போகையில்
யார்தான் அறிவர்
உன்னுள் ஊடுருவும் வரலாற்றை?

லியா,
எனது இரத்தத்திலும் ஓராயிரம் கதைகள்
அர்த்தங்களைத் தேடி, அழித்து,
பிறழ்ந்து அழிந்து விசுற்றுத் திரிகிறது.
உடலுள் நதி போன்றோடும் நரம்புகளுள்
விசம் போன்று பரவும்
இக் கதைகளை அழிக்க அலைகின்ற
தகவமைக்க இயலாது மொழியிழந்து போயுள்ள
– என்னை அறிக.

உன்னை கிளர்வுறச் செய்யும்
உன் தந்தையின் மண்ணிலே பிறந்து வந்தவள்
உன்னைப் போலன்றி
அழிந்துகொண்டிருக்கும் மொழியிலே எழுதுபவளானவள்
இக் குறிப்பால் தானும் உரையாட இயலாதவள்.

இன்று

உன் கைகளிலிருந்த வரியுடன்
என்னைச் சுமந்து திரும்புகிறேன்
எனக்கு நீ தேவையாயிருந்தாய்
என்னை அறிய

எனது இரத்தத்தை உறிஞ்சி
கதைகளை அகற்றும்
வழிகளைக் கண்டடைந்த பிற்பாடு
இக் குறிப்புடன்
உரையாடும் மொழியை நாம் வந்தடைந்திருக்கலாம்
நீ வாழும் இத் தேசத்தில்
தம் உடம்பை மட்டுமே வைத்திருக்கும்
ஓர் உழைக்கும் வர்க்கத்துப் பெற்றோரின் வீட்டினுள்
ஊன்றப்பட்ட சிறிய எனது உடல்
தேசங்களற்ற
கதைகளை மட்டுமே வைத்திருக்கிறது
அதனால்தான்
ஒரே தேசத்தில் பிறந்திருந்தும்
எமது தகப்பன்கள்
[1]அழுத காரணங்கள் வேறாகிப் போயின

31 யனவரி 2007

லியா லக்ஸ்மி பீப்ஷ்ன சமரசிங்க ரொறன்ரோ மற்றும் ஒக்லாண்டில் வசிக்கும் கவிஞர்; எழுத்தாளர்; சமூக செயற்பாட்டாளர். அவரது முதலாவது கவிதைத் தொகுதியான Consensual Genocide (ஏப்ரல் 2006, TSAR Books) நூலில் வருகிற கவிதையொன்றில், அமெரிக்காவில் வாழும் தனது தமிழ்-பறங்கிய தகப்பனுக்கு ரொறன்ரோவிலிருந்து 99 சதத்துக்கு புளியம்பழத்தில் செய்த இனிப்பு வாங்கி அனுப்பியபோது, 30 வருடங்களுக்குப் பிறகு அதை உண்ட அவர் தன்னைத் தொலை அழைப்பில் அழைத்து உணர்ச்சிவசப்பட்டு [1]அழுததாக எழுதியிருப்பார்.

5

சதையொன்று சொன்ன கதை

நள்ளிரவு
சுய அழிவு நேரம்: 2:46
எனக்கான தடை
உரையாடலுக்கான தவிப்பில்
"இந்த நேரம் விழித்திருக்கிறாயா"
என்பதான குரல் தருகிற பயம்.

உரையாடவோ நெருங்கவோ
முடியா என் தவிப்பில்
வாகனங்கள் நெரிசலுறும் தெருக்களில்
சலனமின்றி
நிராகரிப்பை
முக்கியமற்றிருத்தலை கூறி
நீ நடந்தபடி...

பிரிவுகள்
நிராகரிப்பிலும் புறக்கணிப்பிலும்
வலுக்கொள்கின்றன
உணவிருந்து கழித்துவிடும் பண்டமாயே
நானும் என்னை உணர்கிறேன்
உறவு விளையாட்டுகளிலும்
மோசமான ஆட்டக்காரியாய்
ஆரம்பிக்கும்போதே
'வயித்துக் குத்தென்று' குந்துற என்னிடம்
வெல்வதுக்காய்
ஏனித்தனை தந்திரங்கள்?

எனது தகப்பன் எனது காதலன்
எனது அம்மா நான் தான்
எனது வரலாறு
உனக்குப் புரியவில்லை

மரபிழந்து நிக்கும் மனமும்
முரணாய்
துணியால் இழுத்து மூடும் உடலும்
இருளிற் புணரும் விழைபும்
இவற்றைக் கடந்து போதல் எங்ஙனம்?
எனது மொழி உனக்குப் புரியவில்லை

உரையாடலை அறுத்துக் கொண்டவளாய்
உடலால் அன்பினைப் போலவே
உதடாலும்
சொற்களை வெளிப்படுத்தத் தெரியாது
தொடர்பாடலை
பிறழ்வுகள் சூழ்ந்து கலைக்கின்றன

என் முலையில் பால் அருந்தாப் பிள்ளைகள்
என்னுடையவர் இல்லை
உடலிற் தொடுகை நிகழ்த்தாதவர்
காதலர் இல்லை

இப்படியாய் ஆன உனது உலகில்
பிரிவின்போது
என்னின் ஒரு சதையைத் தருகிறேன்
அது கதை சொல்லத் தொடங்கும்
தன்ர பாட்டில்

மார்ச் 2007

6

இ(ல்லாதி)ருத்தல் II

நேற்றைய குறிப்பிலிருந்து
கத்திகளும் வீழ்ச்சிகளும் உயிர்பெற,
மீளவும்
ஃபீரீடாவின் உடலில் ஆணிகள் போல
கத்தியால் உறுப்பெங்கும்
– கண்களிலும் புண்களிலும் கூட
குத்தி
நானிந்த
நீத்தவர் குரலிலிருந்து உறங்க விரும்புகிறேன்.
நெடுந் தூக்கம்.

'அவளுடன் பேசு'
திரைப்படத்தில் வருமொரு கிளைக்கதை போல...
திடுமென விசித்திரக் குள்ளனாகிய பெண்ணின் காதலன்
அவளது பெண்குறியுள் நுழைந்து
அதன் கதகதப்பினுள் என்றென்றைக்குமான
உறக்கத்துக்குச் சென்றுவிடுவதுபோல...

கும்பகர்ணனாகி மறக்க மறக்கவென்றே
தூங்கி மூச்சிழுக்கையில்
மரங்கள் வேர்க் கிழம்பி
அவன் மூக்கினுள் செல்ல நிற்பது போலே
நீத்தவர்கள்
உடலின் துவாரங்கள்வழி நுழைந்து
வாழ்வைச் சிதைத்தலை நிறுத்துவரோ

அவர்கள்
என் கனவுகளிலிருந்து விடுபட
அவர்கள்
வாழ்விலிருந்து விடுபட
மறுத்துத் தடுத்து
அடைக்கும் அருட்டல்களிடம்
விசரி ஆன் செக்ஸ்ரன்
'என்றோ செத்தவர்களுக்காக
செத்துக் கொண்டிருப்பாயா'
சுவர்களுக்குள்
பிரதியொன்றிலிருந்து கேட்பாள்

02 பங்குனி 2007

7

*தூரத்துக் கடல் அழைக்கிறது

(விடைபெறுகிறேன் என் அன்பே)

தன்னை
ஏற்றுக் கொள் ஏற்றுக்கொள்ளென
கல்நெஞ்சுக்காரரை
தேடி வரும் பிள்ளையென
தொடரும் காலடிகள்
மூர்ச்சையாகின்றன
'come to marry me b4 u die
come to marry me b4 u die' – அந்த
சென்ற காலத்தவனது வசனத்தை
நினைவூட்டுகிறபோது
குடும்பஸ்தனானவனின் உதடுகளை
தன் உதடுகளுக்காய் ஒருமுறை
கடன் தருமாறு
அவள் காலத்தின் முன் நிற்கிறாள்.
எக் காலத்திலும் புணர்ந்து வரச் சித்தமாய்
தூரத்துக் கடல் அழைக்கிறது.
ஃபிரீடாவின் கிழிந்த உடலுடனான கூடல்
முற்றுப் பெறாமல்
பகலிரவாய்த் தொடர...
போரிடும் இராணுவங்களுள்
சம பாலினர்கள்
மாறி மாறிப்
புணருதல் கண்டுகொள்ளப்படாதிருத்தல் போல
கற்பனை விரிக்காத விடுதி அறைகளுள்

சுயமாய் புணர்வதற்காரது(ம்)
அனுமதி தேவை?
கூடிவராத உச்சத்தின் அயர்ச்சியுடன்
விலக்கிற அக் காலத்து நண்ப
தூரத்துக் கடல் என்னை அழைக்கிறது
ஃபிரீடாவின் வரிகளில் கசிகிற ஆசை
உன் உதடுகளைப் பலி கேட்கிறது,
நாயினது நாக்கின் வல்லபத்துடன்
படையெடுத்து
தன் உடல் நோக்கி வருமாறு.

யூன் 2007

* 'தூரத்துக் கடல் அழைக்கிறது' - ஓவியர் ஃபிரீடாவின் தினக்குறிப்பில் வருகின்ற வரி.

8

சொன்னான் அவன்

நான்
நடந்தவை எதையும் கேட்கவில்லை
அந்தப் பருவத்தைத் தான் திருப்பிக் கேட்கிறேன்
ஏனெனில்
நடந்தவையொன்றும் நல்லவை அல்ல!
உங்களது வயதில் நான் சிறையில் இருந்தேன்
(சிறைகள் பாடுவதில்லை)
சிறு பொட்டொன்றால் வரும்
அறையை நிரப்பவியலாத ஒளி.
மேலும்
அந்த வயதில் அதை வெறித்திருப்பது
சாகசம் நிறைந்ததல்ல –
சொன்னான் அவன் (சிறுவர்களிடம்).

சொன்னவாறு
நடையில் அவர்களை கூட்டிச் சென்று
இரவில் அவன்
வீடற்றவர்களதும் தொழிலாளர்களதுமான
வேறொரு நகரத்தை அழைத்துக் காட்டினான்.
மந்திரக் கைகளால் அவன் காட்டியதை
அவர்கள் பராக்குப் பார்த்தவாறும்
கிளர்ச்சியுற்றவாறும் அன்றோ
இரவின் பரிஸ்
அவனது கண்களின் விரக்தியை
மதுக் குப்பிகளுள் இறக்கியவாறும்.

அவன் எம் வரலாற்றின் ஒரு துண்டு.
ஆடைகள் மூடிய அவனுள்ளே
போரினில் பட்ட காயத்தின்
கிடங்கொன்றை
காட்டாமலே அறிவோம் நாம்
(தம் தகப்பனின் உடலில்

அதைக் கண்டிருந்தவர்கள், தடவி
ஒருமுறை முத்தமிடவே விரும்புவார்கள்).
அன்று:
பாகுபாடுகள் எழுப்பும் சிறு பொறாமையுடன்
அவன் பார்த்திருந்த
சிறுவர்களிடமும்
இருந்தன ஆடைகள் மறைத்த காயங்கள்.

அவனறியாதது
என் இதயம் வெடிக்க
அன்றுதான் நான் 'அப்படி' அழுதேன்
அன்றுதான் நான் அவளை முத்தமிட்டேன்,
என் வாழ்வில்
முதன் முதலாக.

செப்ரம்பர் 2007

9

வளப்பி

#நீதி:
வரலாறு திகதிகளை நினைவு வைத்திருக்கும் மனுசரையல்ல.

உனது தகப்பனை '77 இனப்படுகொலை* கொன்றது
தகப்பனைக் கொன்று பிறந்த பிள்ளை – உன்னை
ஒரு நிலவந்த குடும்பத்திடம் தந்தனர்
உனது இரண்டாவது அப்பர் நேசமாய் இருந்தார்...
உனது இரண்டாவது தாயோ
வளர வளர
ஊர்வாய் கேட்டு
வசைகளாற் சாத்தினாள்
வளப்பி!
தோறை!
தோட்டக்காட்டாள் மகள்!
வெளியில்
மாப்பிள்ளை பிடிக்கப் போனாயோடி
வேசை?

உன் வேர்களைத் தேடிச் செல்ல
உனக்கோ நேரம் தரப்பட்டதில்லை
திட்டியதால்
'கோவித்துக் கொண்டு'
இயக்கத்துக்கு ஓடினாய்
காயப்பட்டு
தலைமுடி குட்டையாய்
'ஊர்வாய் பேச'த் திரும்பி வந்து
திருமணம் முடிந்து,
கணவன் இறந்து
மறுமணம் முடித்து,
நாலு பெண் குட்டிகளின் தாயானாய்.
வேர்களைத் தேட
உனக்கு வழியிருந்திருக்கவில்லை
'தரப்பட்ட' வாழ்க்கையை

ஓட்டிச் செல்தலே
உன்னால் முடிந்தது

மலையகத்தில் உன் தாய் பாடிய பாடல்கள்
கறுப்பின் அழகு படர்ந்த புன்னகைக்கு சாயல் தந்தன
உன்மேல் பிரியமான அக்காவின் மகளாய்
பாரபட்சங்கள் ஆள்கிற
என் – உன்
வேர்களைத் தேடி உன்னிடம் மீண்டேன்
வரும் வழியில்
பாதம் பட்ட பாத்திகள்,
துர்க்கையம்மன் கோவிற் பாலம்,
வீடு திரும்பாது
திருவெம்பாவைக் கூத்தை
'ரா'ராவாய் விழித்திருந்து
உன்னுடன் சேர்ந்து பார்த்துக்
களித்த சிறுமியாய் – என்றோ
உன்னைப் பற்றிக் கோழ்மூட்டி விட்டு

உன்னை வெறுப்பேற்ற என்று
நீ எட்டிப் பிடிக்காத தொலைவில்
ஓடத் தயாராய் நின்று
அழகுகாட்டிக் கத்துவேன்
"கறுப்பீஈஈஈ..."

2007

** தோட்டக்காட்டாள்: "தோட்டக்காட்டார்" என்பது இலங்கையின் பொருளாதாரத்தின் முதுகெலும்பான பெருந்தோட்டத் தொழிலாளர்களான மலையகத் தமிழர்களை கீழிறக்கும் இன்றும் பாவனையிலுள்ள சொல்.

* 1977 இனப்படுகொலை: சிறுபான்மைத் தமிழர்களை இலக்கு வைத்து கட்டவிழ்த்துவிடப்பட்ட இனவன்முறை.

10

சந்தர்ப்பவாதிகளின் குதியாடல் 01

நாங்கள் எழுத வந்தால்
இரகசிய கேலிகளால் எதிர்கொண்டீர்கள்
சந்தைக்கு ஒரு கோழி
கடையில் ஒரு சரக்கு

செத்தாலோ அஞ்சலிக் குறிப்பு
வெளியிலோ
"உங்களின் பெரும் ஆதர்சமான அந்தப் பெண்
என்னோடு படுத்தவள் என்றும்" கதை உலவுவதாய்...
இவ்வாறே வரலாறெங்கும்
(உமது வரலாறெங்கும்)
பரப்புவீர்
உம் ஆண்குறி பற்றிய கதைகளை.

இடிந்து விழுந்த வீட்டிலிருந்து
எழுந்து
பிணங்கள் நாறும் இடிபாடுகளுள்
மன்றாடும் கரங்களை தட்டித்
தட்டித் தேடி எடுத்து
தன் கவிதை குறித்த புகழாரத்தைப் படித்துக்
குதியாடுகிற அந்த இன்பம்,
உன்னையன்றி
வேறு யாரிடம்தான் பொங்கி வரும்?

நீ வரலாற்றின் முலைகளை
பெரும் சூழ்ச்சிகளால் குதறிவிட்டு
"பருகினேன்" என
'கவிதை' எழுதிக்கொண்டிருக்க
என்.டி.ரா. போன்ற ஒருத்தன்
ஆண் இழுத்துச் சென்றுவன்புணர்ந்த
பிச்சைக்காரியை எழுதி
தன்னை நிர்வாணமாக்கிக் கொள்வான்
அவனது பிரதிகளுள் நீளாத குறி
புனைவுகளற்ற வெளிகளில் திரியும் அதன்
புனைவுகள் வெட்கி அழியும்

05–07 மார்ச் 2007

என்.டி.ரா.: என்.டி.ராஜ்குமார் - தமிழகக் கவிஞர்.

11

ஓர் தேசத்தின் குறியீடு

1.
என் தேசத்தின் அல்லது
எனது நினைவுகளுக்குரிய தேசத்தின்
குறியீடு
பனை அல்ல.
என்னில் பிணையாதவொரு நச்சுப் பூவையும்
பறவையையும்
தேசியம் தருகிறது
ஒவ்வொரு தேசியமும்
இவை இவையென
சிலவற்றைத் தருகின்றன
அதன் நிர்ணயமாய்

2.
பயிற்சி எடுத்த
இறுக்கமான உடலின்
ஒருபுற இடுப்போரம்
செருகியுள்ள
ஆண்களின்
இன்னொரு குறி
அதுவே அதனது அடையாளம்.
விளக்கம் தரத் தேவையில்லை
ஒரு நாளேனும் அதற்கங்கு
ஓய்வில்லை என்றான போதில்

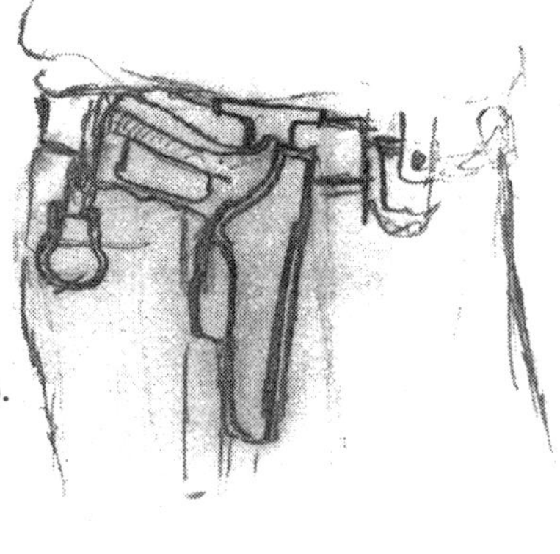

7–31 ஆகஸ்ட் 2007

12

சந்தர்ப்பவாதிகளின் குதியாடல் 02

ஆயுதங்களால்
தம் நிலமிருந்து விரட்டப்படும் வரையில்
தமது நிலத்துக்காய் போராடியவர்கள்
தம்மை ஒட்ட முடியாத புலத்தில்
மௌனமாய் இருக்கிறார்கள்

போரினில்
கல்வி, கலவி, குடும்பம்,
அஃதூடே சுரண்டி வாழ
தம் "சொகுசுகள்"
எதையும் இழக்காதோர்
தமது நிலத்தில் இருக்கையில்
'உருக்கமாய்'
எழுதுவதை மட்டும் செய்தவர்கள்
பெயர்புலமிருந்து
பேசுகிறார்கள்!*

சொற்களின் எஜமான்கள்
சொற்களே உமது ஆயுதம்.
பேசத்தான் 'செய்வீர்கள்'
நிறைய்ய!
அகதியாய் ஆனதாய்
நீங்களே அலைந்துழல்வதாய்
ஆகவே
புலம்பெயர்வை அலைந்துழல்தல் எனுமாறும்...

அலைந்துழல்பவர்களோ
நீத்தவர்களது நினைவுகளுடன்
பேச முடியாக் கனத்துடன்
மௌனமாய் இருக்கிறார்கள்
அவர்களது மௌனத்தை
உமது சொற்கள் தின்கின்றன
அவர்களது பிணங்களில்
உமது சொற்கள் மொய்க்கின்றன

தம்
மதிப்பீடுகளைக் கைவிடாத ஆதிக்க சமூகம்
பிறழ்வுறுகிறவர்களை
மாடியிலிருந்து தள்ளிவிட்டு
மனம் வக்கரித்த
கனவான்களைக் கொண்டாடுகிறது!
மனநோயாளர்களில் சுட்டுப் பழகிய
தன் பிள்ளைகளைப் பெற்றிருந்த
அந்(த) நிலம் எப்படி மறக்கும்
அதை எதிர்க்காது,
தொடர அனுமதித்து
கண்டும், காணாதிருக்கப் பழகிய
தன் பிரத்தியட்ச குணத்தை?

உயர் பீடங்களைக் கவர
ஒருபோதும் முயலாத
பாசாங்குகளற்ற
அழுக்கர்களது மகளாய்
பாலுறுப்புகளது துவாரங்கள்
அடைபட்ட யுத்த காலத்தில்,
உங்களுக்கு ஒவ்வவே ஒவ்வாத
highly allergic பாடல்களுடன்
கரங் கோர்க்க
உதிரிகளையும் விசரிகளையும்
பூர்வீகர்களையும் அழைத்தவாறு
வரும் வழியிலே
எதிர்ப்படும்
கபடம்மிகும் உமது 'முகத்துக்கு நேர்'
உரக்க நான் சொல்வது இதுதான்

"ஏய்
உன் நாய்க்குச் செய்ததை
முதலில்
உனக்குச் செய்!"

2008

* நீ பேசுகிறாய்!
அநியாயங் கண்டு
நொறுங்கிய உன் இதயம்
இரக்கம் கசியும் உன் நெஞ்சம்
சிலவேளை
அதன் இத்துணை மென்மைக்கான காரணம் அதை
நுட்பமான கவனத்துடன்
நீயே உருவாக்கியதால் இருக்கலாம்!
ஹா... ஓர் கடைவாயின் சிரிப்பில் இடிகின்றதே அது!

13

எனது மகள் கேள்வி கேட்பவள்

தெருவில் போற வாறவர்களிடம்
கடவுளின் பிரசுரங்களைத் திணித்து
"தீய"வரிடமிருந்து விலகி நிற்கக் கேட்கிறான்
'அவனிடமிருந்து' விலகி வந்தால்
"பெட்டை நாயே
நீ கட்டையிலதானடி போவ" என்கிறான்
– எல்லாரும் போறதுதானே?
பிறழ்வுற்றோர் வாய்களைப் பொத்த ஓதி
மண்டைக்குள்ள பேய்ய்க் கத்தல்
"எதிரிகள் பாவிக்கிறார்கள்
எதிரிகள் பாவிக்கிறார்கள்"

யாரிந்த எதிரிகள் சர்வேசா?
'விடிஞ்சாப் பொழுதுபட்டா'
நீ கூப்பிட்டண்டே விழிக்கின்ற
இந்த எதிரியர் யார்

சிறு எறும்பு
நானா?
ஒரு துரும்பு
நீயா?
தம் இயல்பில் காற்றில் அலையுண்ணும்
இம் மரங்களோ?

ஊழியுள்
உற்றவளை உற்றவனை
மென் மேலும்
எதை எதையோ இழந்தவர்கள்
"கடவுளுக்கு"[1]
நன்றியாக இருத்தல் ஒன்றே
சாத்தியம் என்கிறாயா?[1]

திட்டமிட்டு

ஒரு எல்லைக் கிராமத்துள் நுழைந்து
'அவர்கள்' ஆற்றும் வீரச்செயல்களை விஞ்ச
அச்சம் பாவிய எளிய சனங்களை வேட்டையாடி
எஞ்சியதோர் சின்னக் குழந்தையை
தென்னையில் அடித்த்துக் கொன்ற போதில்
அதுதான் 'எதிரி'யானதோ?[2]

தேடிக் குறி வைத்துக் கவ்வ விரையும் கழுகுகளென
வானிருந்து குண்டுகள் எறிந்து சூறையாடும்
அந்தப் பேரரக்கனுடன் போட்டியிட்டு
பாங்கொலி கதற
வழிபாட்டுத் தலங்களில் தஞ்சமடைந்தவரை
வெட்டிச் சாய்த்த சகோதர இனமென்ன எதிரியா?[3]

இன்னும் உரையாடலே ஆரம்பிக்கவில்லை...
மனப்பிராந்தியில் அரற்றலாகி
மூச்சுவாங்க
உன் பிரசுரங்களைத் திணிக்கிறாய்.
"எதிரியள் பாவிச்சிருவாங்கள்
எதிரியள் பாவிக்க விடக் கூடாது..
ச்சு... பயந்த மாதிரியே நடந்திற்று
எதிரியள் பாவிக்கிறாங்கள்"

"எதிரிகள்..." – அவர்கள் உன்னை
பாடாய்த்த்தான் படுத்துகிறார்கள்!

குரலினில் ஏனிந்த அச்சம் சர்வேசா?
எங்களை 'அவங்கள்' பாவிக்குமாப் போல
இடையில்
இந்த 'உண்மை'
இருந்தேன் அச்சுறுத்துகின்றது?
கேவலம்
அது எதிரியர் பாவிப்பதாய் உள்ள
காலக் கொடுமையைப் பார்த்தாயா?

கேட்டால்
உன் பேரச்சத்தின் பேரில் – என்
மண்டையைப் பிளந்து
மூளையை எடுத்து
அதுள்
உன் பயங்களை அடைய முனைகிறாய்
உன்னிடமிருந்து விலகி வந்தால்

நடுக்கத்தை மறைக்கக் குரலை உயர்த்தி
எதை எதை எழுத் வேண்டுமென
கொடி பிடிக்கிறாய்[4]

அ... நேற்று என் மகள் ஜிப்சி
ஓடியும் திரும்பியும்
ஒரு விளையாட்டினிடையே
'புறுக்' என சிரித்து
உலகத்தை
நாறடிக்கும்
தன் பெருமைக்குரிய குசுவை
உன் எதிரிகள் பாவிப்பரா என
கேட்டுச் சொல்லச் சொன்னாள்
அட..
இன்றே இவளைப் 'போட்டால்' என்ன?!

மார்ச் 2007

---

1 கவனி! கடவுள் என்பதோர் கடவுள் மட்டுமே!

2 அச்சப் படாதே, உறுதிப்படுத்தப்பட்ட தகவல்:
இதை செய்தது "உன்னவர்கள்" அல்ல!

3 அச்சங் கொள்ளாதே, இதனை "உன்னவர்கள்" இன்னும்
உரிமை கோரவில்லை!

4 நாளை எப்படி ஓ... வேண்டுமென்றும் விளக்குப் பிடிப்பாயோ?

குறிப்பு: இதில் விடுதலை வேண்டிப் புறப்பட்ட இயங்கங்களது தமிழ்த் போராளிகளால் சிங்கள எல்லைக் கிராமங்களில் நிகழ்த்தப்பெற்ற பழிவாங்கல்வகை உரிமை கோரப்படாத படுகொலைகள், சிங்களப் பேரினவாத அரசினால் தேவாலயங்களில் பள்ளிக்கூடங்களில் தஞ்சமடைகிற தமிழர்கள் வான்தாக்குதலில் கொலைசெய்யப்பட்டமை என்பனவுடன் தமிழ்ப் போராளிகளது சகோதர இனம் என "எழுத்தில்" அழைத்து வந்த முஸ்லிம் மக்கள் மீதான பள்ளிவாசல் படுகொலைகளும் பேசப்படுகின்றன. எல்லாவிதமான வன்முறைகளையும் சமதளத்தில் வைத்து பேசவியலாது என்கிறபோதும், ஒடுக்குமுறைக்குள்ளான சமூகங்கள் முன்னெடுக்கும் போராட்டங்களானவை, ஒடுக்கும் அரசாங்கங்களின் அழிப்பு நடவடிக்கைகளில் இருந்து மாறுபடாதவற்றை, தமது போராட்டத்தின் ஒரு வழிமுறையாய்க் கொண்டிருக்க முடியாது என்கிற அடிப்படையிலும் புரிதலிலும் இவை இக்கவிதையில் பதிவு செய்யப்படுகின்றன.

14

குருதி யாவாரி

தனது விளம்பரங்களுக்காய்
ஒரு முழுப் பக்கத்துக்கு
தலா 500+ டொலர்கள் அறவிட்டபடி
120 பக்க தினசரியில்
80 பக்க விளம்பரம் போட்டபடி
அழுகிறான்
அந்த வெட்கங்கெட்ட அடிப்படைவாத தேசிய ஏடன்
அகதிமுகாம்களில் ஒழுக்கம் பற்றி
இதில் பெரியார் வேறு,
கேடு(!) கெட்டவனே
பிணங்களைப் பரத்தி வைத்து
நீ செய்யும் வியாபாரத்தின் கேவலத்தை
உன் மேலே துப்பிக் கொள் (த்தூ! த்தூ)
"உனது" பெண்களின் உடலில்
துப்பும் உன் அதிகாரத்தின்
இழிவின் மீது துப்பிக் கொள் (த்தூ! த்தூ)
இனத்தின் சாவீடுகளில் வியாபாரம் செய்யும் நாயே,
உன் ஒழுங்குகள் குலையும்
முகாம்களில் போய் வாழ்ந்திருந்து பார்.
அல்லாவிடில்
பொத்திக் கொண்டு செய்
உன் குருதி யாவாரத்தை!

03 டிசம்பர் 2006

15

"அக்கரையில்"

அகதிகளுக்காகக் காத்திருக்கும் முகாம்கள்
சேலைத் தடுப்புகளூடே
வாழப் பணிக்கப்பட்ட குடும்பங்கள்
திறந்த மலசலகூடம்
தங்களின் அந்தரங்கத்தை மட்டுமே
காக்கும் அரசுகளிடையே
மனித உறவுகளின்
இயற்றப்பட்ட வண்ணங்கள் குலைகின்றன
ஒரே விட்டத்தை வெறிக்கையில்
மனங்களோ பிறழ்கின்றன.
இதுக்குள்
"ஒழுக்கங்கள்" குலைகின்ற
"அபாயம்" பற்றி அடுத்த தடுக்கில்
புலம்பெயர் சீ/சாமான்கள்
எழுதிக் கிழிக்கலாம்
இருக்கும் ஒரே ஒரு சொத்துடன்
தப்பிச் செல்லும்
மனுசரைச் சுமக்கும் தோணிகளுக்கோ
உங்களின் ஒழுக்கம், எதிர்காலத் திட்டம், கையிருப்பு
எந்த மயிர் குறித்தும் கவலையில்லை
எதிர்காலத்தின் ஓராயிரம் வாக்குறுதிகள் எதுவும்
அவர்களுக்கில்லை,
உயிர் இல்லையெனில்.

03 டிசம்பர் 2006

குறிப்பு: 2002 சமாதான ஒப்பந்தக் காலப்பகுதிகளில் அகதி முகாம்களில் ஒழுக்க குலைவுகள்-சீர்கேடுகள் நிகழ்வதாக ஒரு தமிழ்த் தேசீய சார்புள்ள பத்திரிகையில் வெளிவந்த செய்தியைத் தொடர்ந்து அதற்கான எதிர்வினையாய் எழுதியது இது... இதே தமிழ் ஊடகங்கள் இதை 2009இலும் உயிர்தப்பி வந்த மக்களின் பாடுகளை மறந்து எழுதின என்பதும் இங்கே நினைவுகூரத்தக்கது.

16
காத்திருப்பு

அவர்கள் காத்திருக்கிறார்கள்
தேவதூதனுக்காய்
அல்லது
தம்முடன் இருந்து குடிப்பதுக்கு
ஒரு கலகக்காரன்
அரிதாய் ஒரு கலகக்காரியின் வரவுக்காக(வும்).
மனிதர்களை மட்டுமே 'சார்கிற'
இதயத்தை
வேறெதாலும் இயக்கவிடாத
மாற்றத்தை வேண்டி 'செயற்படு'கிறவரான
மனிதருக்காக
நாம்
காத்திருப்போமாக.

17

உலக வங்கிகள்

நான் எதைச் சொல்ல முடியும்?
எனது பணத்திலும்

போர் நடக்கிறது.

31 ஆகஸ்ட் 2007

18

கவிஞர்களின் குசு

'வெள்ளவத்தையில்
இப்படியான ஒரு மாலையில்
கடற்கரையில் நடக்கையில்'
இவ்வாறென் வாழ்வின் பாடுகளை
எழுதிச் செல்கையில்
கவிஞர்கள் ஏங்குகிறார்கள்
தாம் அதிலொரு இடையீடாய் இருக்க.
மேலும்
எமது துரதிர்ஸ்டம்
அவர்கள் நம்புகிறார்கள்
எம் பிரதிக்கு
உயரியதொரு சிறப்பை
அது வழங்கிவிடுமென.
எனது கஸ்ட காலம்
சிறுமியாய் இருந்தபோது நான்
இவர்கள் பயணித்துக்கொண்டிருந்த
அந்த புகையிரதத்தில் ஏறிவிட்டிருந்தேன்
நச்சியக் கதைகளுடன்
எவளுடையவோ காலத்தை வீணாக்கிவிட்டு
ஆசுவாசமாய் திரும்பிக் கொண்டிருந்தவர்கள்
தனிமையில் குசு விட்டுக் கொண்டிருந்தார்கள்
அதுவுமில்லாமல்
'விட்டது வேறு யாரோ' என்பது போல
பாவனையில் இருந்தார்கள்
வழியெங்கும்
விரித்துப் படிக்கும் எந்த நூலிலும்
தமது நோயுற்ற "கவிதை"களையே
கண்டு கொண்டிருந்தார்கள்
நாற்றமெடுத்த இரயில் பெட்டிக்குள்
அவர்களுடன்
நானொரு சிறுமி – இருந்தாலும்,
"இவளொரு நாள் பெரியவள் ஆவாள்
பிறகு... என்ன ஒரு இனிய கனவு!"

போகையில் எதுக்கும் இருக்கட்டுமென்று
விட்டுச் சென்றார்கள்
அவர்களது கவிதைகளை.
பரவுண்ட நாற்றம் போக்க
யன்னல்களைத் திறந்துவிட்டு – அவற்றை
நானெடுத்துப் படித்தபோது
அக் கவிதைகளில்
அவர்கள் குசு விடும் சத்தத்தைக் கேட்டேன்...
பிறகெப்போதோ
பெரும் கூட்டங்களில் அவர்கள்
'ஒரு நல்ல கவிதை எப்படி இருக்கும்?' என்றுகொண்டிருந்தபோது
"குசு விட்டுக் கொண்டு!" என்று சொல்லிச் சிரித்தேன்
அப்போதும் நான் சிறியவளாய்த்தான் இருந்தேன்
மிகவும்!

ஏப்ரல் 2007

[பிரசுரம்: 'ஊடறு' இணையம்]

19

நல்ல கத!

வதைமுகாம்களில் வைத்திருந்து
கொட்டானால்
மண்டையைப் பிளந்து – பின்னர்
          தெருவில தூக்கி
போடப் பட்டவரிடம் போய்
"எனக்கு
முன்னால இருந்து கத்தாத
சும்மா
தனியப் போயிருந்து கத்த்த்து"
என்றால், கதை எப்படி?

உன்ர அரிப்புக்கு
என்ர புண்ணைச் சொறிஞ்சிட்டு
'இப்ப வேண்டாம்' என்றால்
          கதை எப்படி?

உயிரைக் காப்பாற்றிக்கொண்டு
பணமிருக்க 'ஓடி வந்திற்று'
அங்கிருந்து
தம் கருத்துரிமைக்காயும்
நியாயம் கேட்டதுக்காயும்
'திரத்தப்பட்டவர்களிடமும்'
மண்டை
'பிளக்கப்பட்டவர்களிடமும்' போய்,
தந்திரமாய்,
          'ஓடி வந்த ஆக்கள்
நாங்க
சரிபிழை கதைக்கக் கூடாது'
என்று,
அவங்களையும்,
இங்க 'பேசாமலிருக்க'ச் சேத்துக்கொண்டா
அட! அது எப்பிடி?
உன்ர அரிப்புக்கு என்னைச் சொறிஞ்சிட்டு
'இப்ப வேண்டாம்' என்றால்
கதை எப்பிடி?

20

தில்லாலே தில்லாலே

Hey, repeat after me
எங்களிட்ட துவக்கிருக்கு
தில்லாலே தில்லா
எங்களிடம் விமானம் இருக்கு
தில்லாலே தில்லா
றோட்டில நீ நடந்து வந்தா
எதிர்த் தேதும் பேசினாயெண்டா
நாம் சுடுவமே உன்ன...
Repeat after me
என்னிடம் துவக்கிருக்கு
தில்லாலே தில்லா
உன்னிடம் உயிரிருக்கு
தில்லாலே தில்லா

2007

21

குஆன்ரானமோவில் அவர்களது கருணை

முகங்களைப் பற்றிப் பேசுகின்றபோதோ
அவனைத் தவிர்க்க முடியாது
கைது செய்யப்பட்ட போது
தூக்கில் "போடக் கூடாத"
15 வயது சிறியவன் ஆகையால்
அவனது வயது கருதி
வெளிச்சமற்ற அறையுள் 'உரிய வயது வரை'
அவர்கள் கருணை காட்டினார்கள்
(சில வருடங்கள் வரை சிறையில் போட்டார்கள்)

அவனொத்த அவர்களது மகன்களை
புதருகளுள் இழுத்துச் சென்று அவளுகள்
புணர்ந்து களித்த வருடங்களில்
குஆன்ரானமோவில் அவர்கள்அவனுக்கு
தமது கருணையைக் காட்டினார்கள்
(சில வருடங்கள் அவனைச் சிறையில் போட்டார்கள்)

நாட்டின் தலைவர்கள்தம் பிள்ளைகள்
பியர் அடித்துவிட்டு
தலைப்புச் செய்திகளில் வருகிறபோதில்
போரில் நாட்டுக்காய் – அவர்களுக்காயும்
சில பிள்ளைகள் சாக வேண்டியிருக்கிறது
(போலும்!)

வெளிச்சமற்ற சிறுசதுரப் பெட்டியுள்
உறங்கவிடா மனஇருளுள்
உறுப்புகள் எங்கெங்கிருக்கினவோ
அவையவை அங்கங்கிருக்கினவா, அறிந்திரான்.
அந்தஅவனை அவர்கள் விடுவிப்பார் ஆயின்
அப்போதும் அவன்
பால்வடியும் அதே முகம் கொண்டிருப்பானா
பிறகு
புதருள் அவள்கள் புணர்கிறபோதில்
பரிதாபமாய் கூக்குரலிடுவானா

தாயைத் தவிர
அவனது சகோதரர் தவிர
யாரும் நினைவு கொள்வார்களா
காய்ந்த மலரொன்றில் மறைந்திருக்கும்
முன்னமிருந்த அவன் பூ முகத்தை

புணர்கிறோமோ இல்லையோ
கண்ட கண்ட இடங்களில்
கிளப்புகளில் கார்களுள்
யார் யாரையோ புணரவென
கற்பனைகள் கொண்டு திரிகிற நாம்
நினைவில் வைத்திருப்போமா
எங்கள் கற்பனைகளில் இணையாது
சுயம் சிதைந்த ஒருத்தனை
அவர்களது கருணையின் முன்
ஏதுமற்றதான
வாழ்வு அதன் மகத்துவத்தை

06–15 மார்ச் 2007

குறிப்பு: ஓமர் காடர் 2002இல் ஆப்கானிஸ்தானில் தலிபானாக 15 வயதில் கைதாகிய கனடிய பிரஜாவுரிமையுடைய சிறுவன்; 'குழந்தைப் போராளி.' எனினும் ஒரு ‘முஸ்லிம்’ ‘பயங்கரவாதியாகவே’ நடத்தப்பட்டு கொடிய அமெரிக்க சிறையான குவான்ரானமோபேயில் பத்தாண்டுகள் வரை தனிச்சிறையில் அடைக்கப்பட்டிருந்தவர். பலத்த சட்ட பிரச்சினைகளுடன் கனடிய சிறைக்கு 2012இல் மாற்றப்பட்டு 2015இலேயே விடுதலையானார். கீழைத்தேய நாடுகளிடம் குழந்தைப்போராளிகள் மற்றும் மனித உரிமை மீறல்கள் பற்றி வகுப்பெடுக்கும் மேற்கின் போலித்தனத்தின் குறியீடாகவே ஓமரின் வரலாறும் இருக்கின்றது.

22

குடியான நகரினைப் பிரிதல்

மழை 'டப்'பென்று பெய்யிற
அம்மாவின்
கண்களை நிறைக்கிற நீரினைக் கடந்து
பூர்வீகரின் நகரைப் பிரிகிறேன்.
அவர்களிடமிருந்து நிலத்தை அபகரித்த
'இவர்கள்' என்னை ஏற்காத போதும்
தினமும்
தாழ்வுடன் நடந்த தெருக்களைப் பிரிகிறேன்.
முன்னம்
இருண்டுவிட்ட சடுதியில்
நானதைக் கடந்து போகையில்
தனது 'இனிய நினைவு'களை அழித்து
வந்தேறிய
ஆக்கிரமிப்பாளர் சூழ்ச்சிகளை வைய்து
அது பாடியது.
இடைவிழும்
ஒவ்வொரு மௌனத்திலும்
தனது வடுக்களைக் காட்டி அழுத்தி
சூழ்ச்சிகளால் தொலையுண்ட
தன் மூதாதையரின் எலும்புக்கூடுகளில்
தொடர்மாடிகளும்
பெரும் ஓலங்களின் மேலாக
இப் பெருந் தெருக்களும்
எழுந்து நின்ற கதைகளைக் கூற
என் நினைவினில் குருதியின்
பீறிடலில்
நான் அதனுடன் இணைந்து
கதறினேன்.
கைகளிலிருந்த சதைத்துண்டும்
என்னுடன் சேர்ந்து அழுதது.
பிணங்களின் மீதாய் வளர்ந்த
தனது சுமைகளை
காற்றினில் துடைத்துக் கொண்ட நகரம்
என்னைத் தன் தோளினில் போட்டு

தகப்பனைப் போல ஆட்டி
ஒரு காதலனைப் போலும் பேசும்.
திடுமென பெருமழை அடித்து ஊற்ற
மனமெங்கும் வியாபிக்கும்
    உங்களை இவ்விதம் பிரிந்து
    செல்ல முடியாது.
    நான் தொட முடியாத உங்களுக்காய்
    என்னுடன் காத்திருந்த
    இந்தத் தெருக்கள் இந்த நகரம்
    நான் பிரிய முடியாது.
    குருதியாய் உறைகிற
    அம்மாவின் கண்ணீரை
    இப்படித்த்தட்டிப் போக முடியா.
பெரும் கட்டிடங்களது
கண்ணாடி யன்னல்கள்
துவக்குகளாகி நிற்க – அதில்
பறவைகள் வந்து மோதி
செத்து விழுகின்றன.
வழியில்
முத்தமிடுவதுக்காய் காய்வுற்ற
உதடுகளை வெட்டி
எறிந்துவிட்டுத்தான் வருகிறேன்.

24 ஏப்ரல் 2007

23

பெயர்கள் மாறிய கதை

இருவருக்கான பாடலை
ஒரே சமயத்தில் எழுதுவீர்களா
சொல்லுங்கள்   நீங்கள் யாரும்?
நெஞ்சம் வெடித்து சிதற
அதைப் பொறுக்கி எடுத்து இணைத்து
அவ்விடம்
இருவருக்கான பாடலை
அதிர விடுதல் சாத்தியமா?
என் தலை மயிரை இழுத்து
நெற்றியை அழுத்தி
பிறழ்வில் அவனை அழைக்கத் தொடங்கி
எவனெனத் தெரியாது மதி மயங்கி
திடுக்குற்று....
இது நிகழுதலுண்டா?
வரலாற்றில்
அவன் எனது பெயரை எழுதினான்
தனது மனைவியின் பெயருக்குப் பதிலாக!
உடல் நலிந்து
நோய்ப் படுக்கையில் கிடந்தவனிடம்
குற்ற உணர்ச்சியொடு சொன்னேன்
"தயவுசெய்து
என்னுடைய பெயராய்
'அவளது' பெயரை எழுதாதே."
அதன் சங்கடப் படுத்துதலை
இந்த நேரத்தில் போய்
சொல்லுதல் முறையோ?
அவனோ
செத்த காலத்தின் நாயகனாய்
சதா புணர்ச்சிக்கழைத்த
தனது(ம் எனதும்) சொற்களைக் கூட
மறந்தவனாய்
(இ)ராவில் விழித்தழும்
தன் மகளை ஓ-ஓ-ஓஓவென ஆட்டியபடி
பெயர்கள் மாறியதற்கு

விளக்கங்கள் தருகிறான்
நானோ கேட்கவே இல்லை.
இந்தக் கால்கள் மிதியாத
எந்த அந்நியத் தெருக்களை விடவும்
அந்நியமானவனாய் ஆன
முன்போர்காலத்து நேசகனைக் கடப்பதெப்படி
தாய்ப் பாடலின் வாசத்துடன்
அந்த முன்பொருகாலம் அவனுக்காய்த் தயாரான
காட்டின் களைகளை அறுத்தெறிந்து
முகர வந்திராதவனுக்காய்
காலங்களுள் தங்கிப் போதலை
மறுத்துத் திமிறுபவளாய்
அவனைக் கடந்து
இவனொருவனது சொற்களில் கால்கூச
தொடுகைக்கும் கதகதப்புக்கும்
உன்னும் உதடுகளுக்கும் ஏங்குகையில்
அவன் என்னையும் தனது மனைவியையும்
ஒரே சமயத்தில் அழைத்து
"உனது பெயருக்குப் பதில் - நான்
அவளது பெயரை எழுதினேன்" என்றான்.
செத்த காலத்திலும்
நிகழின் உறவிலும்
தோய்ந்து தோய்ந்து
இருவருக்கான பாடலை எழுதுவீர்களா?
இழுத்துக் கலவும் கற்பனைகள் கண்டிராத
அவன்களது புலங்களில்
ஒருவர்
இருவரைப் புணருதல் நிகழ்ந்ததுண்டா

28 ஏப்ரல் 2007

கற்பகம் யசோதர • 59

24

இத் தெருக்களில்

பெயரொன்றின் அலறலுடன்
யாரும் அறியாதது அல்லாதவோர் வலியுடன்
கடக்கும்
சென்னையின்
கொழும்பு ஆஸ்பத்திரிச் சாலைகளை ஒத்த
அந்த மரங்களால் ஆன பகுதியில்
உனக்கான ஏக்கம்
நானாகி அழைக்க
என்னை
கடைகளது ஆரவாரங்களடங்கிய
பாரிஸின், அந்த இரவுத் தெருக்களிடம்
அழைத்துச் செல்.
அங்கும்
விழைபுறும் உடலுடன் நான் வருவேன்.
தேவாலயங்களின் குரூர அமைதியுள்
நடக்கும் பிரார்த்தனைகள்
பெயர் பெற்றிரா நதிக்கரைகள்
தரையிற் கற்கள் பதித்த தெருவுகள் எங்கும்
ஓணம் பண்டிகையின் கோலாகலங்களில்
மூழ்கி எழா மனத்துடன்
உடல் அதிர
சதைத் துண்டுகளின் கதைகளுடன்
புணர்ச்சிக்கு அழைத்தபடி
என்னைக் காண்.
சிறிய உடற் கலனுள்
அதன் எலும்புகள் சிதறியுள்ள வரலாற்றை
நாம் புணர்ந்து முடிக்க
அவாவலில்
நாயொன்றைப் போலத் தான்
மல்லாந்து பயனற்று அழைக்கும் விழைபை
இப் பேனாவால் நெஞ்சிற் குத்தி வலியெடுத்தெறிய
திமிறும் குரலை
தங்கிய பெயரை,

நெஞ்சம் வெடிக்கும் ஓர்
இனிய முத்தத்திற்கான கேவலை,
பனிப் பந்தெனச் சுருட்டி
எறிந்து கொண்டே
வருதலின்
சிறு
சந்தடி தானும் கேட்கின்றதா?

31 மே 2007

25

தொலைவிலிருந்து II

தொண்டைக்குள்
*உடைந்த தூணுக்குப் பதில்
துவக்கு; நிறைந்திருக்கும் இக் கசப்பாய்
குண்டுகள் நிரப்பி.
இவற்றை நான் நேசிக்கவில்லை.
அன்பின் சிறு தொடுகையும் இவையிடம் இல்லை.
எல்லாவற்றையும்
மெல்லிய
சிறு கையினைக் கொண்டு
எழுத வேண்டியிருக்கிறது
எழுதி எழுதி பலமிழந்துகொண்டிருப்பதற்கு
நாளுக்கு நாள் கடன்பட வேண்டியும்.
பாவமென்று தான் சிலவேளை முத்தமிடுவது.
தொலை தூரங்களிலிருந்து
ஸ்பரிசமோ
சொற்களில் ஏற்றப்பட்டு
வரும் வழியில் கடல்களுள் விழுந்து சாக...
நானோ சொற்களுடன் விடப்பட்டுள்ளேன்.
வெறும் சொற்களுடன்.
நேற்றிரவு
உனது ஓவியத்தைப் பார்த்திருக்கையில்
கண்ணீர் கொட்டும் உந்தன் துயர விழிகளோடு
ஆணிகள் அறைந்திருக்கும்
உடலவயங்களைப் பார்வையிட்டபோது
உந்தன் மார்பை அள்ளி உறிஞ்சத் தோன்றிற்று.

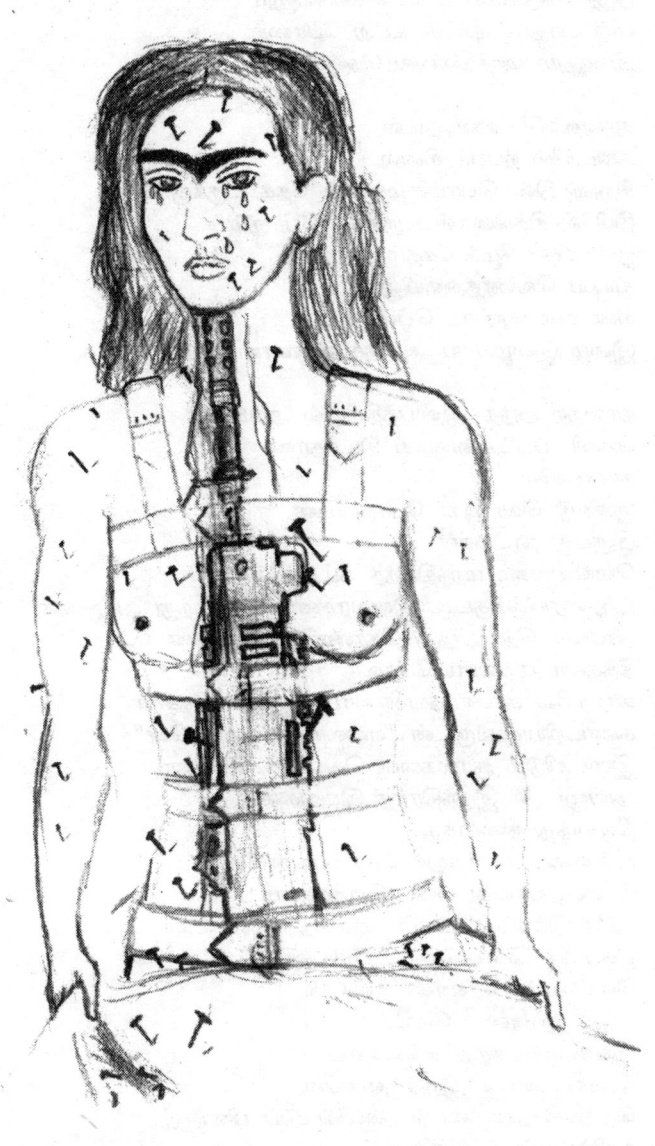

நொடியில்
முலைப் பகுதியை
பசியால் உரஞ்சும் சிசுவாகினேன்
அது நெடுங்காலம் முன்னெனினும்
என் பாலூட்டியின் உடற் போதை
இன்னும் மறந்தில்லை நெஞ்சுள்.

கான்வஸில் உன்னுடல்
கடையில் றப்பர் சிலை.
சிறுவத்தின் பொம்மைகளின் தேக உருக்கு.
தீயிலே சிக்கினால் உருகியே போகும்.
இடுப்பின் கீழ்ச் சேதம் மறைத்து
மூடிய வெண்துணியினுள்
நின் வதையுண்ட பெண்குறி –
இழை இழையாய் அதைக் கீறினாயா நீ?

நானற்ற அந்த ஆஸ்பத்திரியில் அவனோ
கைவிடப்பட்டவனாய் கிடந்தான்.
காலையில்
'துண்டு வெட்டிப்' போகு முன்,
இருபது நாட்கள்
வெளியுலகம் மறந்திருந்த கட்டிலில்
புற்தரையில் குட்டி இளவரசனாய்க் கிடந்து அழுதான்
நானோ தொடர்ந்து கொண்டேயிருந்தேன்
நீத்தவர் எல்லாம் பேசுவர்
காணவே காணாதவரெலாம் ஆருயிர் நேசகர்
கண்டறியாதவருடன் "எல்லாம் கனவுதானே"
இடையிடும் குரல்களை வெட்டிக் கொண்டு
அவனுடன் இருந்திராத இடங்களை
நினைந்து நினைந்து
உன்னைப் பார்த்துக் கொண்டிருந்தேன்.
நீ எதையாவது வரைந்திருக்கலாம்
துரோகிக்கப்பட்டவள் கத்திரித்த மயிருடன்
தரையிற் கொட்டுண்ட பிரியத்தின்
வெட்கமற்ற சரணடைதலுடன்
– ஓர் துண்டை வெட்ட
இணையும் கத்தரிக்கோலாய்
தொடைகளை இறுக்குகையில்,
நெருங்கி அவற்றைத் தலையிட்டுப் பிளந்து,
உயிர்உறுப்புள் யாரோ
உடைந்த கண்ணாடிகளால் நிரப்பிய
'உனது யதார்த்தமாய்'

சிதறுண்ட உடலாக
உள்ளே
நான்தானே நின்றுகொண்டிருந்தேன்
திரும்பத் திரும்ப
*உடைந்த தூணென?
ஆகவே ஃப்ரீடா நடந்தது இதுதான்:
நடுச் சாமத்தில் நேற்று
உறிஞ்சப்பட்டது
மிகவும் சிறிய எனது முலைகளே

22 மார்ச் 2007

* "உடைந்த தூண்" [The Broken Column, 1944] ஓவியர் ஃப்ரீடாவின் சுய உருவ ஓவியங்களுள் ஒன்று.

26

இரவிலும் ஒளியிலும்

1.
'ராவில் நீ விழித்ததறியாது
பெருங்குரலெடுத்து கத்தினாயா அன்ப?
கண்முன் நண்பர்களது வீழ்ச்சி
நிகழ்த்தப்படும் நினைவுக் குழியை
உன்னால் மூட முடியாது
'ராக்களில் எமது காதலை முறித்து
பிரிவை மொழிகிறது பார் உன் ஓலம்
அதால்
நித்திரைப் பாயிருந்து
பிள்ளைகள் பதறி எழுவர்
போர்ப் புலமிருந்து செய்திகளில்
கடல்களைத் தாண்டி உன்னை அடைகிறது
கொலையிரவுகளின் பீதியும்
தோழர்கள்
நண்பனைப் 'போடும்' வேட்டொலியும்

2.
இருக்கலாம்....
நமதந்தத் தோழன் நடவாது
தெருக்கள் கிடையாது நம் தேசத்தில்.
அவனை அறியாதவொரு
குச்சொழுங்கைகள் தானும் உண்டா?
தன் இளமையில்
பரதேசியாய் தன் நிலங்களில் அலைந்தவனை
அவர்கள் போட்டார்கள்
    (பறவைகள் பதட்டத்துடன் மரமிருந்து பறந்தன
    அவை
    இனி அங்கு வரவே போவதில்லை)
என்றென்றைக்குமாக விழுந்தவன்/விழுந்தவள்
பிள்ளைகளிடம் விட்டுச் செல்லும்
அதிர்வில்
யாருடைய வரலாறு எழுதப்படும்?

அது யாரை அச்சுறுத்தும்?
வாழ்தலை மட்டுமே விரும்பி
அதை வேண்டி ஒலித்திடும் பாடல்கள்
யாரையோ அச்சுறுத்துவது
– என்ன ஒரு துயரம்!

3.

… … கத்தினாயா அன்பே?
இப்போதுதான் 'பறவாயில்லாமல்'
கொடிய கனவின் காயம் ஆறித்
தேறி வருகிறாயா?
உனது சிதைவோ
என்னுடலால் அமிலமென விழுங்கப்பட்டு.
அலைக்கழிந்து
சுடுமணலில் நடந்து நடந்து உன்னிடம் வருகிறேன்
என் உடல் பாதமென அழுந்நந்த..
கன்னத்தைத் தடவி
"அவன் என்ர பிள்ளை.. நல்ல பிள்ளையெல்லோ"
பரிவுடன்
இரு கன்னங்களைக் கொஞ்சுமுன் அம்மாவாய்
விபத்து நடந்த இடத்தில் தரித்து
கிடந்த இரத்தத்தில் மனம் இரைய
உன் முழு உடலும் தடவிச் சரிபார்க்க
நிற்கிறதென் ஆன்மம்.

துயரம் உடலெங்கும் விழுகையில்
எதிர்விசை
புணர்ச்சிக்குத் தூண்ட
உன் பாதங்களைத் தடவியவாறே
கைகள் ஒவ்வொன்றும்
ஒவ்வொரு காலெனத் தடவி
மேல் நகர்ந்து வர
சீக்கிரம் ஆய் நோய் தீர்ந்து
எனக்குத் தயாராகுவாயா அன்பே?

31 ஆகஸ்ட் 2007

27

மறுக்கப்பட்ட முத்தங்கள்

[உனது மகளின் குறிப்புகள்]

என்னை உனக்கு நினைவிருக்குமானால்
அது அவ் வருடங்களிடம் செல்ல வேண்டும்
குழலோசையின் பிடியினில் ஆழ்ந்தவளைத் தேடி.
நேற்றைய இன்றுகளை
மீள் நடத்தும் இன்னொரு இன்று
என்னைப் போலொரு மகளை
வளர்க்க ஆரம்பித்து விட்டாய்
இவ்விடம்,
வெறுமை, வெறுமையின் நினைவு தவிர வேறில்லை.
காத்திருப்புடன் பிணையப்பட்ட "காதல்" என்றவொன்றை
பல் ஆயிரம் பேரை நுழைக்க வெறியுறும்
கால்களினிடையில் அழுத்திக்
கொன்று
சுவை விரும்பாத ஜின்னை, வோட்காவை
அடித்து
தள்ளாடித் தள்ளாடித் திரும்ப
அவ்விடம்,
வெறுமை, வெறுமையின் தடமன்றி வேறில்லை.
என்
பிஞ்சுக் கரங்களை எடுத்துத் தடவி
மரபார்ந்த 'மாத்து' மோதிரத்தை அணிவித்த
அப் பிள்ளைக் காதலன் எங்க?
மரவள்ளித் தோட்டங்களின் கீழ்
தொடரப்பட்ட மரபை ஒழித்து
பெரியவன் மீதான காதலுள்
விசர்
ஏறி ஏறி எழும் காமம்
தன்னுடலெங்கும் தடவக்
கரங் கேட்டு.

ஏதேதோ கூறுகின்ற குரல்கள்
அவை எதுவாகிலும்
நான் இங்கில்லை.
ஒரு ஹந்தலா போலத் தான்
எனினும்,
ஃபிரீடாவின் உடலில் அறைந்த ஆணிகளை
அகற்றும் முனைப்புடன்.
எழுதி உளைந்த
இக் கரங்களால் கன்னத்தில் வைத்துக் கொள்ள
அதிலிருந்த
குளிர்வு, சூடு – யாரும் தொடாத பட்டுப் படுகை;
என் உதடெங்கும், மூடும் கண்ணெங்கும், தடவும்; பரவும்.
இதுவே உன்னதெனில்...................?
கிளர்வுறும் உதடுகளது வலியுடன்
தலைவர்களால் மறுக்கப்பட்ட
முத்தங்களை நான் பேசுவேன்.
உடலினில்
ஓர் பாம்பாய் அசையும் தன் கைகளினால்
சகோதரியின் உடல் தீண்ட அஞ்சித்
திரியும்
அவளை எழுத.

உன்னுடன்
ஒரு முத்தத்துக்கு ஏங்கி விழித்து
யாருமற்ற தடவலில்
துவக்குகளுடன் உறங்கும்
தோழிகளை நாடவோ
இவ் ஆணிகளை ஆயுதமென
எதிரியின் கண்களில்
எறிந்து தப்பவோ
..அவை எதுவாகிலும்
நான் இங்கில்லை

01 ஏப்ரல் 2007

சதைத்துண்டு

'என்னை விட்டுச் செல்லாதே என் கண்ணே' மரித்தோருக்கான பாடல் ஒலிக்கிறது. சவப்பெட்டியில் பிள்ளை கிடத்தப்பட்டுக் கிடந்தான். நெடிய, கரிய, பற்கள் பளிச்சிட எப்போதும் சிரித்த அவன். அந்தப் பியூனறல் ஹோமில் மாரில் அடித்தடித்து அழுகின்ற நான் அன்று பாலூட்டி. பிள்ளையின் சுந்தரக் கனவுகள் சப்பாத்துகள் மிதித்து நசிந்தன. 'ஆ'வென்ற வாயினில் முன்னம் முத்தமிட்ட காதலன்கள் அழுகின்றனர். சீனப் பெண் ஒருத்தியின் கண்ணீர் பியூனறல் ஹோமின் விருந்தினர் கால்களின் கீழ் வெள்ளமாய் உடைப்பெடுக்க, அழகாய் உடுத்தி வந்த இரண்டு ஆண்கள் சவப்பெட்டியுள் அவனைக் கண்ட மறுநொடி கட்டி அணைத்துக் கதறுகின்றனர்.

ஆழ்ந்த சயனத்திலிருந்து எழுந்து, கண்ணீராய்ச் சுரக்கிற மார்பகங்களை உறிஞ்சு மகனே... நண்பனே...

வெட்டப்பட்ட வாழைகள், சவக்காளையை நோக்கிய ஆண்களின் பயணங்கள். நாம் – றெஜினா, சகா, சங்கவி – பார்த்திபனின் செத்தவீட்டிலிருந்து திரும்பிக் கொண்டிருந்தோம். செய்தி கேட்டதிலிருந்து சகாவின் உடல்நலம் சரியில்லை. ஒத்த வயதில் மகனுண்டுதானே? சகாவின் கண்ணீரில் துணுக்குற்று ஒருபுறம் கேள்வி கேட்கத் தொடங்கிற்று மனம். தாய்நிலத்தில் எத்தனையோ பிள்ளைகள் சாகிற யுத்தத்தை கூடவே அதன் நியாயமற்ற வழிமுறைகளையும் சேர்த்து ஆதரிக்கிற சகா.. கேள்விப்பட்ட ஓர் இளமரணத்தில் தனது பிள்ளையை நினைத்து உடல்நலம் குன்றுற சகா.. எதுதான் அவர் முகம்?

பெயர்புலத்தில் கவிதைபாடும் விழாக்கள் – பரணி பாடல்கள் – நீத்தவர் நாளில் ஒரு கொண்டாட்டமாகத் திரளும் மக்கள். கடமையுணர்ச்சி? எது செலுத்துகிறது அனைவரையும்? தமது அழகிய போசாக்கான பிள்ளைகளை நடத்தியபடி, யாரினதோ பிள்ளைகள் போரிட்டுச் சாதலை கேள்விகளின்றி ஆதரிக்க எப்படி முடிகிறது? தலைவர் துதிக்கு நடனம் ஆடவென செம்மஞ்சள் கறுப்பு ஆடைகளில் தோன்றுகிற அவர்களது பிள்ளைகளிடம் போராட்டம் குறித்த கேள்விகளுண்டா?

'சின்ன வயசில பிள்ளையள இழக்கிறது எவ்வளவு கஷ்ரம்.. அதுவும் அநியாயமா...' இப்படித் தொடங்கிற்று நம் பேச்சு. அது, எங்கும் செல்லாத பெரும் மௌனத்துள் தள்ள, சகா அதைக் கலைத்தார்.

'தம்பிக்கும் 21 வயசுதான் இருக்கும் அப்ப... நெருக்கடியான காலம் அது. தம்பி ஒரு இயக்கத்தில இருந்தவர். அவற்ற இயக்கத்த தடை

செய்திட்டினம் அப்ப. தெருவுக்குத் தெரு சா விழுந்துகொண்டிருந்துது.. கடைசியா எங்கட வீடுகள சுத்தி வளைச்சிட்டினம்.. சரணடைஞ் சா விசாரணை செஞ்சிட்டு விடுறதெண்டு சொன்னாங்கள்... எங்கட அயலட்டையள் எல்லாம் பிள்ளையள விடுகினம்.. எங்களுக்கு பயமா இருந்துது.. ஆனா விடாட்டி வளைச்சுப் பிடிச்சிட்டினம் எண்டா என்ன நடக்கும் எண்டும் ஒருதருக்கும் தெரியேல்ல.. நாங்களா விட்டா சிலவேள ஒண்டும் நடக்காது. அப்பிடியொரு நம்பிக்கையோடதான் அண்டைக்குத் தம்பிய விட்டனாங்க.. ... பிறகு.. (...) அவன் திரும்பேல்ல."

அவரது கண்கள் கலங்கி நின்றன. நெஞ்சு பெரும் பாரத்துடன் தவித்தது குரலில் தளுதளுப்பில் வெளிப்பட்டது.

அப்படியெனில் தம்பியைக் கொன்றவர்களது அமைப்பில் அவரால் எப்படி சம்பளத்துக்கு வேலை செய்ய முடிகிறது? என் மனம் புரியாது குழம்பிற்று. பெரும் மௌனத்தில் தன் கலக்கத்தைக் கரைத்தவர் தொடர்ந்தார்: 'என்ன செய்யிறது? தம்பி மாதிரியும் வேறயும் நிறைய பிள்ளையள் எங்கட போராட்டத்தில செத்த பிறகு ஏதாவது தீர்வு வரத்தானே வேணும்... சரி பிழையளுக்கு அப்பால...'

வாகனமோ மௌனமாக நகர்ந்துகொண்டிருந்தது. நான் திரும்பியபோது, எங்கள் எல்லோரது கைகளிலும் அது இருக்கக் கண்டேன் – ஒரு சதைத்துண்டு. இப்போதுதான் அது தரப்பட்டிருந்தது. இரத்தம் சொட்டியவாறு – ஈரமாய் – அது வன்மம் வளர்த்தது. எங்கள் எல்லோருடைய கைகளிலும் அழிவின் ஞாபகச் சின்னம். பிரியங்களின் எச்சம். என்ன சொல்லி ஏசியும் அது போவதாக இல்லை. நினைவைக் கழுவக் கழுவ காயம் மறைவதாக இல்லை.

இரத்த வாடையும் இறைச்சிக் கவுச்சியும் மாறாமல் நம் கைகளில் அது துடித்துக் கொண்டிருந்தது, ஓராயிரம் கதைகளுடன்.

2006

the history student's notes continue

ஒரு வரலாற்று மாணவியின் குறிப்பேட்டிலிருந்து... 02

U r telling me ur juicy, juicy hisstory உன் வரலாற்றில் நான் துருத்தித் துருத்தி நிற்கிறேன்

which, indeed, is HIS-juicy juicy-STORY என் முன்பற்கள் போல விடுபட்டவையைக் கூறி.

1

முதலாவதாக:
இந்த வெறுப்பை நான் 'விளங்கி'
பிறகிந்த வெறுப்பு எங்கிருந்து வருகிறதென
அதன் மூலங்களைத் தேடிப் போய்...
இதை உருவாக்கியவர்கள் இருக்க
இது 'இவர்களை' அழிப்பதை;
'அவர்கள்' நலன்கருதி 'ஊதி ஊதி
யார் யாரோ பயன்படுத்துவதை – வளர்ப்பதை'
தெரிய வைக்க முயல...

      அப்போது
எனக்கொரு வர்ணம் தீட்ட முயலுகிறாய்
u forget
that i am real & you cannot paint me 'neatly'

நானொரு குழந்தையின் மொழியுடன்
பவித்திரங்கள் அற்றவளாய்
என்னைக் கொஞ்ச வந்த உன் முகத்தில் எச்சிலாய்
'குண்டி' என்று சிரிக்கிறேன்
பேரழகியாய் அறியப்பட்ட உனதிருப்பில் ஒலிக்கும்
அது 'ஒழுக்கப் பிறழ்வென' பிரம்பை எடுக்கும்
you wanna trap me in one perspective
which only means a blind sight of urs

எனினும்
குழந்தைகள் வர்ணங்களை
கோட்டுக்கு வெளியில் தீட்டுவர்!

11 மார்ச் 2007

2

இன்றிரவும் இருந்து நான்
இரத்தம் கக்கும் குறிப்புகளை எழுதுவேன்
மனுசரானவர் சொற்களில் கக்கும் வெறுப்பு
ரத்தத்திலே கல(ந்திரு)ப்பதில்லை – மாறாய்
அது சிந்தப்படுகிறது
யார் யாருக்காகவோ
ஆம் கண்ணீரைப் போல.
நான் கண்ணீரற்றவளாய் ஆகிவிட்டேன்
ஓர் சுபயோக சுக தினத்தில்
எனது இதயமும் கூட உலர்ந்து போயிற்று
"கருவுள்ளிருந்த பிள்ளையையே வயிற்றைக் கீறி
வெளியில் எடுத்து
கொன்று போட்ட பிறகு
இனி யாருக்காக அழுவது"
மேலும் சிந்த நீரற்றுப் போன வானம்
– கேட்டது.
"எனியும் அழுதென்ன?"
எலும்புக்கூடுகள் முளைக்கிற நிலத்துள்
தங்களது கவிதைகளைப் பிளந்தெடுத்து கவிஞர்க(ா)ள்
அவையைத் தேசீய கீதங்களென ஒலிப்பிக்கையில்
நானிருந்து சொல்லிக் கொண்டிருந்தேன்
உடலற்ற வெற்றிடமாய்
சதைத்துண்டை விட்டுச் சென்ற
எம் சாவுகள் பற்றின
ஓராயிரம் கதைகளை.

கேட்பதற்கு யாருமற்றுப் போன காலத்தில்
நிலமெல்லாம் உயிர் விதைத்த
வரலாற்றின் கனம் தாக்க
எழுதும் கைதனில்
நானறியாத வீச்சுடன்
பேனாமுனையால் குத்த – நரம்பறுந்து கக்கிற்று
நீத்தவரெல்லாம் மிதந்துகொண்டிருக்கும்
கடல்.
இரத்தம் ஊ(ற்)றிய இத் தீவில்
நாளை எலும்புக் கூடுகள் முளைத்து வரும்
'வெறும்' தேசத்தை அவாவும் தலைவர்களுக்காக(ப்)
போரிட்டுச் சாக

அதுவரை
'மூடப்பட்ட, பாதுகாப்பான' அறைகளுள்
இருந்து எழுது
இரத்தம் கக்கும் குறிப்புகளை.
வரலாறோ
எதை எதையும் மறந்து விடும் வலு விண்ணன்.
பிறகும் பிறகும் 'எழுதத்தானே வேண்டும்'
ஞாபக'மூட்ட.' பெரு(ம்) மறதி வரலாற்று நோய்.

26 மார்ச் 2007

3

ஓர் சோர்ந்த குழந்தையாக
வகுப்பறைகளில் துயரமான புன்னகையுடன்
நான் குந்தியிருந்தேன்.
எந்த ஆசிரியையும் என்னைக் கண்டெடுக்கவில்லை
இலக்கிய அரசியல் மடங்களின் பீடாதிபதிகள்
வால்களைக் காட்டினார்கள் தான்
அவற்றிடம்
"ஏதேன் புதிதாக இருக்கிறதா என்ன?
நீங்களே வைத்திருங்கள்" என்றவளாய்
தாங்கொணா
விறைப்பும் குரைப்பும் கடந்து,
தாயின் ஊரில் படலையிற் படரும்
குடிகாரன் தும்பிகளைக் கோர்த்து
காப்புகளும் மாலைகளும் செய்தபடி
        தெருவைக் கடக்கையில்
குறுக்கால
கரும் பாம்பொன்று போகக் கண்டு திரும்பினேன்.
என் பிள்ளைகளை இழுத்துக் கொண்டு
எல்லைகளைக் கடந்தேன்
அவர்கள் கொள்ளையிடப்பட்டபோது
நிலத்திலடித்தடித்துக் கதறினேன்
அந்த நிலத்தின் கண்ணீர் என் மார்புள் ஊறியது
பிள்ளையற்று முலைப்பால் கட்டி வலியெடுக்க
பறிகொடுத்த பிள்ளைகளின் நினைவில் நான் கதறினேன்
எனது அம்மாவின் மொழியில்.
அவளது ஆதிக் கிடங்குகளுள் இருந்து
விழுந்த மகளாய்
யார் யாரோ சொந்தங் கொண்டாடும் யாருடைவோ ஆன
அந் நிலத்தில்

என்றோ நடந்து சென்றவளாய்,
நினைவுகளில் இருந்து விடுவித்து
பிறக்கும் பிள்ளைக்கு
அதை
இனிய பரிசெனக் கொடுக்க...

*'வெளியே
அவர்களோ
வாழ்விழந்து போகச் சபித்தார்கள்
அவர்கள் போடும் பிச்சையாய் எம்
வாழ்வும்
வீழ்வும்'*

29 மார்ச் 2007

* இக்குறிப்பிட்ட வரிகள் 'தான்யா'வின் கவிதையொன்றிலிருந்து.

29

ஆன்மாவின் சகோதரிக்கு...

நீயின்றி ஒருநாள்
இத் தெருக்களைக் கடக்கையில்
என் பால்யத்தின் வாசனைகளில் மூழ்கினேன்
நிதானமற்றவளாய் விசரியாய்
காலமெங்கும் அதிரும்
நீ: என் ஆன்மாவின் சகோதரி
நான்: உன் ஆன்மாவின் சகோதரி
எங்களது தோழர்கள்
தொடர்ச்சியற்றுப் போனார்கள்
பள்ளிகளின் சுவர்களில்
போரின் நினைவுகளது கண்கள் வெறிக்க
சிறு பராயத்து 'அவர்கள்'
வரலாற்றில்
பெயர்களற்றுப் போனார்கள்
நான் வன்மத்துடன் உச்சரித்தேன்
அதனது பெயர்களை
மிக இளமையில் அறிந்தேன்
அது கொண்டாடுவோரது வஞ்சகங்களை.
உனது கரங்களைப் பிடித்து
ஓடிச் செல்வேன்
குழந்தைகள் தம் தாயின் ஆதிக் குகையின்
கிழியல்களைக் கொண்டு ஓடிய
அதிகாரக் குன்றுகள் நோக்கி.
அவற்றினுள் புதைக்கப்பட்ட கதைகள்
அதிருகின்றன எம் மேல்.
நடுங்குகின்ற

என் கைகளை விடுவித்த
வஞ்சிக்கப்பட்ட குரலில்
உன் பாடல்களைக் கேட்கையில்
அதிலிருந்த (என்) இழப்பில்
மனம் சிணுங்கி,
ஒரு காலம் உன்னில்
இரகசிய வெறுப்பும் வன்மமும் உள்ளிட
பிறகோ
சமனாய் பேரன்பும் ஆசையும் பீறிட,
அருகருகே பயணிக்கும் போழ்துகளில்
வேறு வழியற்று
நான் புணரவும் விழைந்த
______________!
சொற்களெங்கும் தெறிக்கின்ற நீ
ஆதிப் பெண்;
ஏவாள்; சக்தி.
நீ இரையிட்டும் புணர்ந்தும்
உருவாக்கிய பிள்ளைகள்
குன்றுக்கடியில்
ஒடித்துப் போட்டது
நம்மைத்தான்.
அதிகாரம் வன்கிழித்ததில்
கையில் வந்த உன் யோனிச் சதையோடு
அதில் இரத்த்த மின்னும் உறையாது
உன் கரம் இழுத்து ஓடிய போது, ஒரு தெருவிலே
நீ மறைந்து போக, கையிலிருந்தது
உன் உதடென்று கண்டு
மூர்க்க மிகுந்து முத்தமிட்டேன்;
அதன் இரத்தம் உறிஞ்சி உறிஞ்சி ருசி கண்டு.
தாம் கடந்து வந்த கருவழிப்புகளில்
வேசிகளின் உடல்கள் சென்று திரும்பும் காயங்கள் பற்றி
யாருக்கென்ன?
விசரிகளின் பிள்ளைகளது தகப்பன்களது பெயர்கள்
எக்காளமிட்டுச் சிரிக்க
உள்ளே
உன் இன்பச் சதையிழந்து
கல்லெறிய தகுதியற்றவன்களால்
எழுதப்பட்டோ படாமலோ,
ஆனால் மழுங்கடிக்கப்பட்டு
வரலாற்றில் மறைந்தாய்.
வணங்கப்படும் தாயே
கள்ள வேசையே

நடுச்சாமத்தில்
உன் கதவுகளைத் தேடி வருவாரெனில்
அவரிடம் சொல்லு
அதிருகின்ற உன் சொற்களால்
நிதானமற்ற கூச்சல்களால்
பிறழ்வுற்ற மொழியில்:
"எதையும் முழுமையாய் சொல்ல முடியவில்லை
எம்மிடமும் பெயர்கள் இல்லை
சொல்லப்படாதிருக்கின்றன ஏனைய பிற.
அப்புறம்
நான் _____!
உன் ஆன்மாவின் சகோதரி
முடிவுறாதவள்
தாயும் வேசையும்."

[பிரசுரம்: 'முரண்வெளி' இணையம், 6/8/2007]

30

றெஜியின் சகோதரன்

அவனுக்குச் சொற்களைத்தான்
கடவுள் கொடுக்கவில்லை
அதனால்
அவனை அவர்கள் அடித்தார்கள்
பரிச்சயமற்றவர்களுக்குப் புரியாத
சைகைகள் அவனது மொழியாயிருந்தது
ஒரு ஊமைக்குரிய தோற்றமென
நினைத்ததுபோல் அவன் இல்லாததால்
இன்னாராய் இருக்கலாம் எனவோர்
ஊகத்தில் காக்கிகள் அடித்தன
வாய் பேசத் தெரியாதென்று முடிந்தவரை
சைகை காட்டிக் கத்திய போதும்
நல்லா நடிக்கிறான் பார் என அடித்தார்கள்
இராணுவம் போன காலங்களில்
உளவாளி என்று
இவர்களும் போட்டு அடித்தார்கள்
அவனது ஆன்மாவின் கதறலை
யாரும் கேட்பதில்லை
சொற்களற்றவனின் கதறல்
ஓர் இசைக் குறிப்புப் போல
இனிதாய் ஒலிக்கும் என நினைத்தரோ
தாங்கள் அடித்துப் பழக ஒரு நாய்
தெருவில் தேவை என நினைத்தரோ
வேட்டைக்காரன்களிடத்தே
காட்டு மிருகங்களின் அச்சமாய்
ஒரு சொற்களுமற்றவனின் கத்தல்
ஆயுதங்களுடன் திரிபவருக்கு
வேட்கையைத் தந்ததா
நிலத்திற் தள்ளி
பூட்சுகளால் உளக்கி
உள்எலும்புகளையும் நொறுக்கிச் சென்றனர்
தெருவில் தம்மைக் கடக்கிற

அவனை அடிப்பது
மாலையில்
வீட்டில் தேநீர் அருந்துவது போன்றதோர்
இனிய பொழுதுபோக்கு.
இப்படியாய்
வந்து போன இராணுவங்களிடம்
ஒன்றுவிடாது
அடிவேண்டி அடிவேண்டி
தொடர்ந்து வந்த போர் என்ன செய்ததோ
இல்லையோ
முப்பது வயதுக்குள்
முன்வரிசைப் பற்கள்
அனைத்தும் காலி

பெப்ரவரி 2007

31

எங்கும் புத்தர்

அவனது ஆண்குறியின் ஊன்றுகை
அவனிருக்கும் இடங்கள் தவிர்த்து
தேசமெங்கும் வி ர வ
கண்ணாடிப் பெட்டிக்குள் 'பாதுகாப்புடன்' அவன்(.)
இருந்தும்,
'கவனமாய்'
கண்களை மூடிக் கொண்டொரு
மோனத் தவத்துடன்
காவியுடை வசீ...கரிக்க
எங்கும் புத்தர்

பேறுகால சிறுமார்பு பொங்க
நான் அழைத்தேன்
புணர்ச்சிக்கான அழைப்பு
"புத்தனே, யசோதரா வந்திருக்கிறேன்"

இல்லையே அங்கே மரணமில்லாத வீடுகள்.
உன் வர்ணங்களை 'முடிவு செய்பவர்' தவிர
உன் அழகினைக் கீறுபவர் தவிர
சாந்தத்துக்குப் பதில், தவம் மீறி
தன்பாட்டில் விறைக்குமுன் குறியால்
இந் நாட்டையே பிரதிநித்துவப் படுத்துறாய் நீ
இராணுவ உடையுள்
கொலை வெறியில்
*போராளிகளின் திசைமாற்றத்தில்

என் புத்தனே...

இத்தனை ரத்தக் களரியுள்
மௌனம் பூண்ட
வன்முறை மிகு உன(து) துறவின்
பாவனை கலைக்க
திரும்பி...
தேடி...
பழைய யசோ வந்திருக்கிறேன்
திற
உனது கதவை

ஜூன் 2007, கொழும்பு

* போராளிகளின் திசைமாற்றம் என இங்கே குறிப்பிடப்படுவது சமாதான ஒப்பந்தம் கைச்சாத்திடப்பட்டிருந்த காலத்தில் விடுதலைப் புலிகள் இயக்கத்துள் நிகழ்ந்த கருணா-பிரபா மற்றும் அதன் பின்னரான கருணா - பிள்ளையான் பிளவுகளது காலம். மிகுந்த இரத்தச் சகதியில், கிழக்கின் இளம் - அடிநிலை போராளிகளின் படுகொலைகளுக்கு வித்திட்ட பிளவுகள் இவை.

32

தலைப்பிலி

கூர் தீட்டப்பட்ட கத்தியால்
குரல்வளையில்
குத்தத் தோன்றினால், செய்.
ஆனால்
இல்லையென்று சொல்லாதே

கால்களைப் பிளந்து
வெடிகுண்டுகளைத் திணித்ததை
கண்டு நகர்ந்து
மௌனமாக இரு,
பொறுக்கிறேன்.
மௌனமாக இரு
பொறுக்கிறேன்

ஆ.. இல்லையென்று சொல்லாதே
என்னால்
நிதானமாகப் பேச முடியாதிருக்கிறது
எழுதுகிற கைவிரல்களும்
கடதாசியும்
இந்த மேடையில் எனது குரலும்
ந டு ங்குகிறது தான் – என்னை
அமுக்கும்
கவர்ச்சிகரமான உனது பேச்சுக்களால்
ஆரவாரமுறும் பெரும்பான்மையின் கரவொலிக்காய்
இல்லை என்று சொல்லாதே

இழுத்துச் செல்லப்பட்ட சுவருகளுள்

சுவருகள் என் திசை நடந்து... நகர்ந்து...
வெளியைக் குறுக்க
'எளிய நாயே
கேவலமான பிறப்பே
இழிந்தவளே
பேசாமல் அடங்கு'
கத்தியவாறு நெருங்கியதை
பேசாதிரு. பேசாதிருங்கள்.
பேசாதிரு. பேசாதிருங்கள்.

மண்டை கொட்டானால் பிளக்கப்பட்டதை
அம்மா அம்மா என்று கதறியதை
Eslon பைப்புகளை
என் பாலுணர்வைத் துண்டாட
உறுப்புகளுள் செலுத்தப்பட்ட மின்னதிர்வை
மறந்திரு;
மறந்திருங்கள்.
'கடவுளே நீ எங்கிருக்கிறாய்'
வாகனங்களின் பின்னால்
கதறியவாறு விழுந்து விழுந்து
ஓடிய பெண்களை
தன் சகோதரியின் கதகதப்புக்காய்
அழுத சிறுவனை
மறந்திரு
மறந்திரு
மறந்திரு

சித்ரவதைக் கூடங்களில்
வதையில் சிதறிய சதைத்துண்டங்களை
சிறைக் காவலன்கள் எடுத்துப் போயினர் இறைச்சிக்கென;
அவர்களது துணைவர்களோ வன்புணர்ச்சியில் இழந்தார்கள்
தம் பாலுறுப்புகளின் இன்பச் தசையை
அத்துடன்
அதற்குரிய கிளர்வை
அதனதான சாகசத்தை.

இல்லை என்றவுன் வாயைக் கீறி
இல்லை என்ற யோனியைக் கிழித்து
இல்லை என்ற உனதான்மாவைக் கொன்றேன்
ஓர் பிணமாக நடமாடுகிற
உன்னை ஆள என்னால் முடிந்தது
ஓர் பிணமாக ஆக்கப்பட்ட

என்னை வெல்ல என்னால் முடியாது

கதறும் இரவுகளில்
என் மண்டைக்கு வெளியில் விழுகின்றன
கொட்டான்களும் துவக்குகளும்
அவற்றை எடுத்து
தாக்குவதை அன்றி
எப்படிக் காப்பேன் எனை நான்?

09 டிசம்பர் 2007

33

யசோதர

(நீவீர் எழுதியதை அழித்து நான் எழுதியது)

என்னை நீ எழுதுகிறபோதோ
முற்றுப் புள்ளியிட முனைகிறாய்
குட்டைப் பாவாடைகளுடன்
மயக்கும் பெண்களது வசீகரத்தை
உனது புரிதலைப் பறைசாற்ற
பாடுபட்டு உள்ளிடுகிறாய்
என்னுடலில்.

தெருவில் கூட விரும்புகிறவளது
முகத்தை என்னிடம் பொருத்தி
உன் 'மகா' பிரியத்தைப் பேசுகிறாய்
என்னுடைய வாழ்க்கையை
எனக்கே 'தருவதாய்' நினைக்கிற
உன்னை என்ன செய்வது?

'பிரிய யசோதரா' எனவாய்த் தொடங்கும்
பாவனைகளை நாம்
வரலாறெங்கும் கடந்தே வருகிறோம்

இரவு
அவற்றை அழித்து எழுத
அரவு விழுந்தது

நான் புத்தரை நேசித்த சிறுமி
அரவற்ற யசோதரா

காத்திருப்பாலும் அழவைக்கும் நேசத்திலும்
கரைந்து கொண்டிருந்தவள்

“பதிலீடு செய்யப்படவியலாதவள்”
– என்றான் ஒரு புத்தன்
ஒவ்வொரு தனிப் பிரகிருதிகளையும் போன்றே
அது
நம் கைரேகைகளைப் போன்றே.

~~

போன எந்த வேசையிலும் 'திறமில்லை' நான்.
அவர்களில் ஒருத்தி தான்.

எந்த உன்னத சங்கீதமோ
வயலின் இசையோ
'உமக்காய்'
எம் கால்களுக்கிடையில் இல்லை.

அணுகத் தெரிந்த இதயத்துடன்
சுரண்டலற்ற மனத்துடன்
உள்ளவள்கள் அறிவார்கள்
நான் அவர்களில் ஒருத்தி.

மேலும்
ஒப்பீடுகளுக்கு எதிரானவள் நான்
அது உன்னுடையது.
கைரேகைகளின் பாடல்களுடன் ஒருநாள்
குட்டி இளவரசனைப் போல மறைவேன்
சந்ததிகளின்றி

2008–2009

34

நேரமற்றவர்கள்

தன் கலாநிதிப் பட்ட ஆய்வறிக்கைக்காய்
எவர் அனுபவங்களையோ உறிஞ்சிய அவன்
பிறகு சொன்னான்
'என்னிடம் நேரம் இல்லை.'

தம் பொருட்டு
மற்றவர்களது இருப்பைச் சிறுமைசெய்து
'எனது வித்தியாசத்தை மட்டும் பார்' என்றவரை
விலத்திக் கடந்திடல் எளிதில் முடிந்தது

நான் வரிசையில் ஒழுங்கற்று நிற்பேன்
ரிப்றொப்பாக
எம் 'வித்தியாசங்களை' வாங்க வரும்
அந்த அகடமிக்குகளைப் போலன்றி.

சிறுமியாய் இறங்கி நடந்த
ஆஸ்பத்திரியின்
அந்தப் பெரு மரங்கள் கற்பித்தன
வித்தியாசங்களின் அரசியலை.
அவை இன்னும் சிலுசிலுக்கின்றன
அப் பிள்ளை மனதினுள்.

முன்பொரு காலம்
உரையாட ஆட்களற்ற தனிமையில் இருந்தவனிடமும்
அவனதைப் போலவே... அவளதைப் போலவே...
பெறுமதி மிகுந்த எனது நேரத்தைத் தந்தேன்.
பிறழ்வின் விளிம்பிலிருந்த அவர்தம் பாடுகளை
நானிருந்து கேட்டேன்.

பிறகோ
தனது சிறுமையை
கண்டும் காணாதிருக்கவில்லை நான் என்பதால்
அப்படியிருந்த எவளைப் போலவோ

'ஏன் இல்லை நீ' என்றான்
'வாழ்க்கையின் அழகை மட்டுமாய்
உன்னால் பார்க்க முடியாதா?'

கற்பனை வரண்ட தொழிற்சாலைகளில்
இயந்திரமொன்றுள் தடக்கி விழுந்தவனும்
கழுத்து நசிஞ்சவளும்,
பல்கலைக்கழகங்களில்
உயர்ரக அகதியாய் அலைந்துழல்பவர்களும்
அவனது தராசில் ஒன்றாகி நின்றால்
என்னதான் சொல்வது?

என்னிடமிருந்து
(எனது) அனுபவங்களை உறிஞ்சிய அந்தப் அகடமிக்
பிறகு சொன்னாள் 'என்னிடம் நேரம் இல்லை'
இருப்பின்,
அந்த அனுபவங்களையும் தானே பெற்றுவிட!

தமக்காய்
மற்றவரது நேரங்களை உறிஞ்சியவர்கள்
பேசட்டும்
எமதனுபவங்களையும் சேர்த்து.
தங்கள் பிள்ளைகள்
மண்ணின் மீது முளைத்து வருவர் என்பதாய்
பெற்றவர்கள் நம்பியிருப்பது போல,
கடந்து வந்த வரலாற்றில்
அந்த மரங்கள் ஒருமுறை பேசாதா என்ன
தாம் சாட்சியாயிருந்த கதைகளை
அதில் எனதையும் உனதையும் கூட.

2010–2014

35

பன்றிகள் பறந்தன

"இறுதி நேரத்தில்
மக்கள் அவர்களுடன் இருந்தார்கள்..."
ஆம் நண்பனே பன்றிகள் பறந்தன.

இங்கிருந்து கொண்டு...
இல்லாதுவிடிலும் இருந்தார்கள் எனுவதில்,
இன்னமும் நீ நம்புகிறாய்
இப் பரப்புரைகள்
'எமக்கு' எவ்விதத்திலோ உதவுமென்று.

எமக்கு?
இந்த 'நாம்' என்பது நாம் தானா..

சரிதான்,
இறுதியில்
அவர்கள் நம் மக்களை நோக்கிச் சுடவில்லை.
முள்ளிவாய்க்காலில்
தப்பியோட யாரும் முயலவுமில்லை.

2009

36

நீத்தார் பற்றிய கடைசிக் குறிப்பு

(மீண்டும் ஒருநாள் ஆரம்பிக்கும் வரை)

மாதப்போக்கு நின்றது;
பார்வை அற்றவராய் சனங்களெனில்
யோனியுதடுகள் மூடிக்கொள்ள
பிள்ளைகளைப் பெறவியலாதவர்களாக
எமது சந்ததி

திருமணவயதில்
போருக்குப்
போனவர்கள்
போனது போனதுதான் எனிலும்,
போருக்கே இருந்தவர்களது குறியும்
துவக்காக மாறுமென்று
யாரேனும் முற்கூட்டிக் கண்டனரா?
கைகள் செயலிலழக்க
சொற்களை இழந்து விட்டது வாய்,
வெறியேறி
வாயினால் புணர வருவாரெனில்
வாயினுதடுகளும் மூடிக் கொள்ளும்.
ஆயுதங்களுடன் வாழ்பவர்கள்
உதடுகளைக் கிழித்து நுழைவது எளிது.

காயங்கள் ஆறாத உடலும் நிலமும்
விருத்திசெய்வதை நிறுத்துவதும்
அத்தகு எளிதா

பிறப்பை இறப்பை
ஆயுதங்கள் ஆள்கிற போதினில்?

....தெரியவில்லை
போர்த் தடங்கள் எனது கர்ப்ப நிழலையும்
தொடர்கின்றன

போர் நடந்துகொண்டே இருக்கிறது
எம் புலனில் இருந்து விலகி
எங்கோ எங்கோ

2008

37

காயங்களால் ஆன போராட்டம்

எங்களது கதைகள்,
பிளவுபட்டு
அடிபட்ட சகோதரர்களே
கிழித்துச் சென்ற அவனதும் இவனதும்
பிணத்திலிருந்து
நினைவென
அம்மா எடுத்து வைத்த சதைத் துண்டாய்,
இந்த எமது கதைகள்
சதைத் துண்டுகளிலிருந்தே ஆரம்பிக்கின்றன

விழுந்த உடலிலிருந்து
பீரிடுகிற இரத்தம்
அவனதும் இவனதும் யாரோவினதும் கூட
ஒன்றுதான்
நினைவு கூரத் தகுதியற்றவனா அவன்?
ஆனால்
அமானுஸ்யமாய்
வடிவமைக்கப்பட்ட ஒரு பிம்பத்தின்
அமானுஸ்யங்களைக் கடந்து
அவனுடன் போகையில்
நல்லூரில்
உண்ணாவிரதத்தில்
தினமும் போயிருந்து
அவன் பேசக் கேட்டு வந்து
மக்கள் சொல்வதென்ன?

இயக்கியவனை நம்பிச் சென்ற,
'மாற்றத்தைக் காண விழைந்த ஒருத்தன்
23 வயது இள மெல் உருவம்...
பரணிப் பாடல்களின் உக்கிரத்துள்
பொருட்டற்றுத் தெரிய
இரவு முடிய
கூட்டம் கலைந்த பிறகு

திரும்பி வருகிற பெண்கள்
தலையிலும் மாரிலும் அடித்தடித்துக்
கத்துவார்கள்
யார் பெற்ற பிள்ளையோ
யார் பெற்ற பிள்ளையோ
அவர்களாய்
நானும்
நம்பிக்கை உயிர்த்திருந்த பாயிலிருந்து
எழுந்தவனை
அமத்திய தலையை
சந்தர்ப்பவாதிகள் அமத்திய கதையை,
நயவஞ்சகமான வலியவர்களின் பகடையில்
காயாய் அவன்
மறுபடி பாயில்,
இன்னும் ஒட்டி
இன்னும் வாடி
விழுந்ததைத் சொன்னால்,
இப்படிச் சொன்னால் கோபம் ஏறும்:
அவனைக் கொன்றது அஹிம்சை அல்ல
இதை எழுதிய
நாங்களும் நீங்களும்.
ஆம்
பெயர்களை மட்டுமே சுமந்து திரிகிற
எழுதிய எதையும்
திரும்பிப் பார்க்காத
நாங்களும் நீங்களும்

செப்ரம்பர் *2006*

ஓவியங்கள் / ஓவியர்கள் குறித்து...

- பலஸ்தீன எதிர்ப்புணர்வின் நிரந்தர குறியீடாகிவிட்ட ஹந்தலா கார்ட்டூனிஸ்ட் **நாஜி அல்–அலி**யினால் (1938–1987) புகலிடத்தில் உருவான சிறுவன். பலஸ்தீனத்தின் மீதான மேற்குலகத்தினதும் உள்நாட்டு அரசியல் சக்திகளதும் நலன்களை முன்வைக்கும் தலையீடுகளுக்கு மறுப்பாகத் தன் கைகளைப் பின்னால் கட்டிக்கொண்டு – அவற்றைக் கடந்து தனது மக்கள் தமக்கான தீர்வுகளைத் தாமே முன்வைக்கும் ஒரு நாளுக்காக – தானும் சிறுவன் ஹந்தலாவுடன் காத்திருப்பதாகச் சொன்னார் அலி. இஸ்ரேலிய அதிகாரத் தரப்பையும் கூடவே தனது மக்களுக்காகப் போராடிய, போராடுவதாகச் சொல்கிற ஆயுத தரப்புகளின் தலைமைகளின் தவறுகளையும் போராட்டத்தை தவறாக வழிநடத்துவதில் அரேபிய மேட்டுக்குடியின் பங்கையும் இடையறாது விமர்சித்தவை அவரது படைப்புகள். இதனாலேயே 1987இல் இவர்களில் 'இனந்தெரியாதோரால்' இலண்டனில் படுகொலை செய்யப்பட்டார். அவரது இருப்பு, அவர் என்றென்றைக்குமாய் எதிர்த்த அதிகார சக்திகளுக்கு மட்டுமல்ல, அவர் விரும்பிய மக்கள் விடுதலையை பெற்றுத் தரவெனக் களம்குதித்த முன்னாள் போராளித் தலைவர்களுக்கும் அச்சுறுத்தலானது வரலாற்றின் பெரும் துரதிர்ஸ்டம்!

- தனது அகவுலகின் பாடுகளை புதிரும் வலியும் தெறிக்க பல சுயஉருவ ஓவியங்கள் ஊடாக வெளிப்படுத்தியவர் மெக்சிக்க ஓவியர் **ஃபிரீடா காலோ** (1907 – 1954). அவரது ஓவியங்கள் தன்னுடலின் அனுபவங்களின்வழி தான் வாழும் உலகில் அதன் பாலின, தேசிய, வர்க்க, அரசியல் அனுபவங்களை ஆராய்ந்தன. தனது 18ஆவது வயதில் மிகவும் கோரமான ஒரு பஸ் விபத்துக்குள்ளான ஃபிரீடா தனது வாழ்நாள்பூராவும் இதனால் பாதிப்புக்குள்ளானார். முப்பதுக்கும் மேற்பட்ட பாரிய அறுவைச் சிகிச்சைகளை அவற்றின் விளைவுகளை இறுதிக்காலம் வரை அவரது உடல் எதிர்கொண்டது.

மருத்துவமனைக் கட்டிலில், சக்கரநாற்காலியில் இருந்தே அவரது அனேக ஓவியங்கள் வரையப்பட்டன. 'உடைந்த தூண்' [The Broken Column, 1944] எனும் ஓவியமும் நுட்பமான முதுகெலும்பு அறுவைச்சிகிச்சையொன்றின் பின் வரையப்பட்ட ஒன்றே. அதில்: வரண்ட பாழ்நிலத்தின் பின்னணியில் அவரது முதுகெலும்புக்குப் பதிலாக ஓர் உடைந்த தூண் எக்கணமும் உடைந்து கொட்டும் அபாயத்துடன், தயார்நிலையில் நிற்க, அவரது உடல் எங்கும் குத்தப்பட்ட ஆணிகளும் விழிகளில் வழியும் கண்ணீரும், அவரது வலியை மிகத் துல்லியமாக வெளிப்படுத்தும். 'அதி புனிதமான' அன்றேல் 'காமக்' கிளர்ச்சிக்கு மட்டுமான அழகெனக் கட்டமைக்கப்பட்ட ஒரு பெண் உடலையே வரைந்துகொண்டிருந்த தன் சமகால ஓவியர்களுள் நோய்வாய்ப்பட்ட பெண் உடலின் நிர்வாணத்தை தணிக்கையின்றி வரையத் துணிந்தவள், தன் வாழ்விலிருந்தே தன் கலையின் அரசியலை தனக்கெனப் புதுப் பாணியை வரையறுத்துக்கொண்டவள் என்றெல்லாம் ஃபிரீடா விமர்சகர்களால் குறிப்பிடப்படுவது மிகைக் கூற்றல்ல.

ஒரு பிற்குறிப்பு

2006 – 2010 வரையான காலப்பகுதியில் எழுதப்பட்டு பின்னர் இப் பதிப்புக்காகவும் செம்மைப்படுத்தப்பட்ட குறிப்புகள் இவை. இவற்றிலுள்ள புறஅரசியல் சார்ந்தவை போர் நிறுத்தத்துக்கும் போர் மூளும் முரண்நிலை வளர்வதுமாகவிருந்த காலத்தில் அநாமதேயமாகப் பிரசுரமானவை, சில இணைய இதழ்களில்.

இக் குறிப்புகளுக்குப் பிறகான கடந்த 10 வருடங்கள் என்பது மிக நீண்ட காலப்பகுதி – போர் ஓயவும் வாழ்வு வழமைக்குத் திரும்புவதற்கான இன்னொரு போராட்டத்தினை, போரினை மக்கள் முகங்கொடுக்கவும் போதுமானதுமான காலம். இந்த நீள் வருடங்களின் பின் இப்போது இக் குறிப்புகள் பதிப்பிக்கப்பட என்ன அவசியமென நினைக்கையில் அக் காலத்தின் பிரதிபலிப்புகளாக இருந்த இத்தகையவும் எண்ணப்பாடுகள், முரண்நிலைகளைப் பதிந்துவிட்டுப் போவதாக இருக்கட்டும் என எண்ணுகிறேன். பொதுப்போக்கினை பின்தொடருகின்ற ஒரு சமூகத்தில், கேள்விகளும் அவையூடான இடையீடுகளும் வரவேற்புக்குரியவை அல்ல தான். எனினும் ஏகத்தன்மையற்ற பல சாத்தியங்களைக் கொண்டதே ஒரு முழுமையான வரலாறாக இருக்கவும் முடியும்.

தமது நேரத்தைத் தந்து எனக்காய் இவற்றைத் தொகுத்துத் தந்த நண்பர்கள் கௌசலா, மைதிலி, தான்யா, நான் விரும்பியபடியே வடலியுடனான இந்த எனது மூன்றாவது நூலையும் பதிப்பிக்கும் அகிலன், ஓவியங்களை வரைந்து தந்த சத்யன் அனைவருக்கும் எனது அன்பும் தோழமையும்.

கற்பகம் யசோதர
டிசம்பர் 2019